我的第一本
越南語課本
|QR碼行動學習版|

http://www.booknews.com.tw/mp3/9789864543519.htm

前言

　　越南地處東南亞，是一個南北狹長型的國家。近十幾年來，因為經濟投資、商務和通婚等要因與台灣逐漸有了深入的交流。台越兩國間相互往來的人愈來愈多，因此台灣對於越南語的學習需求便也就愈來愈高。不過，即使今日對越南語的學習需求有與日俱增的趨勢，市面上仍是沒有可以簡單又能有趣學習越南語的教材出現。

　　觀察到這一點，因此，筆者便致力於編寫，研發出一套具有實際學習效果、又能通盤掌握越南語及越南文化的越南語教材。關於本書內的實際概念：

1. 以現代越南當地使用的實際表達為中心來學習越南語會話。
　 依據在越南會遇到的現況，收錄了與其相關的豐富會話和例句。
　 會話的部分書中採取盡可能避開難懂又複雜的句型，以簡單又實用的句型優先入門。

2. 選出會話中必要的核心文法，並透過插圖趣味說明。

3. 以加上中文的發音敘述作為參考，來輔助越南語的發音，不論是誰都可以輕鬆上手。

4. 聽讀在越南當地最實用的會話MP3線上音檔，加強會話能力。
5. 書中穿插了越南文化故事，可以讓讀者更容易地熟悉越南。

本書中收集了到越南當地後，可以跟當地人溝通的簡短會話。筆者希望讀者們通過本教材可以簡單有趣地學習越南語會話。
最後，感謝幫忙審定的 Lưu Tuấn Anh，對拙作所給予的協力及貢獻。並祝福所有的學習者們學成越南語。

Nguyễn Thị Thu Hằng

輕鬆、有趣又實用好學
第一本最讚的**越南語學習書**

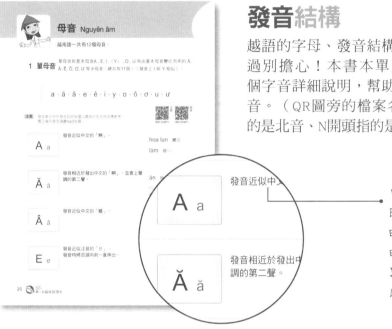

發音結構

越語的字母、發音結構相當複雜，不過別擔心！本書本單元貼心地將每個字音詳細說明，幫助你記住每個發音。（QR圖旁的檔案名中，B開頭指的是北音、N開頭指的是南音）

中文敘述幫助加深發音印象，北、南音有不同時，也有特別標註說明。字母之後有例舉單字學習發音，重點音處以紅色標示。

基礎會話

學會「見面、打招呼、道歉、感謝等」時的溝通基本用語，馬上打開越語話匣子。

句子的重點處都有中文詳細說明。

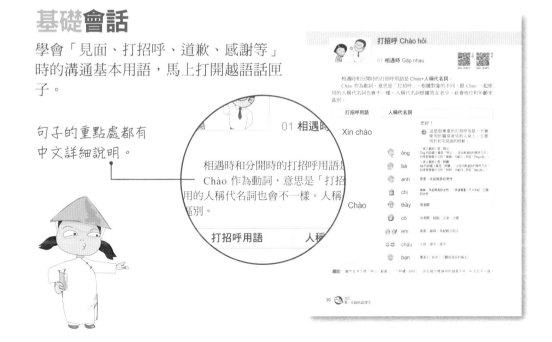

課文內容

充滿悠悠交趾色彩的16個課程，你可以在這裡將越南語的會話、文法，一網打盡。

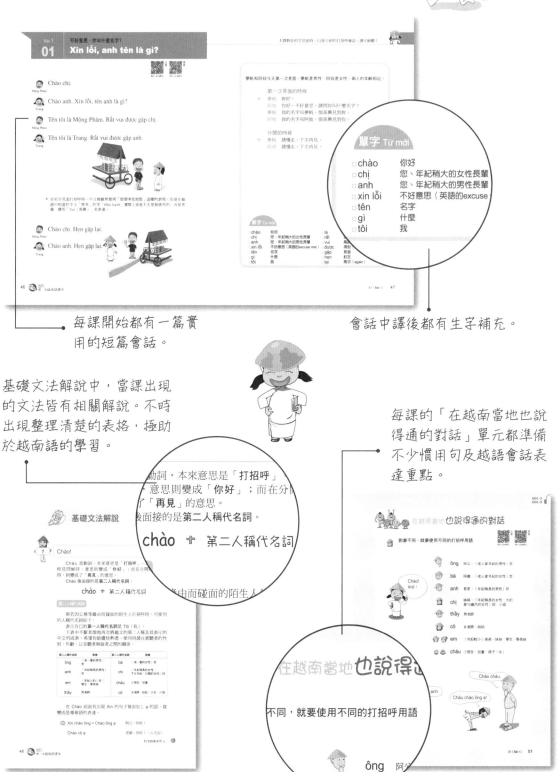

每課開始都有一篇實用的短篇會話。

會話中譯後都有生字補充。

基礎文法解說中，當課出現的文法皆有相關解說。不時出現整理清楚的表格，極助於越南語的學習。

每課的「在越南當地也說得通的對話」單元都準備不少慣用句及越語會話表達重點。

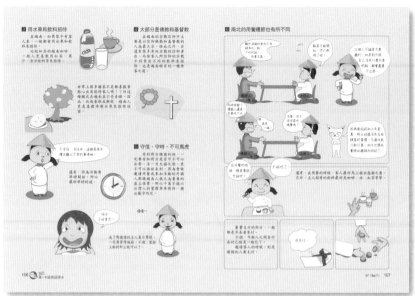

漫畫式的越南文化介紹，唸起來輕鬆、有趣又無負擔，帶你發現不一樣的越南。

附錄附有越文常用人名表，附中→越、越→中兩種查表，讓你能快速查到自己及朋友的名字唸法。

線上音檔裡可以跟著正確的越南語聲調，在不急不徐的速度下練習，學到正確的越南語。附北、南音，可依你的應用需求加以學習。（書名頁含全書內容一次下載QR圖）

在了解本書的優點之後，請一起進入神祕越南語的學習世界吧！

目錄

現代的越南語

發音

基礎會話

課文

附錄

現代的越南語

現代的越南語
越南語概念

你好！
（中文）

馬希呀卡蘇
Masialkasu
（布農語）

《了一候！
Ngi hó
（客家語）

你厚！
Lí-hó
（台語）

民族1　民族2　民族3

台灣是多民族的國家，而越南也是由很多民族組成的國家。每個民族都有固有的語言。

那樣彼此無法溝通～嗯～真的不太好。我們來約定以最大的京族 dân tộc Kinh 的語言來溝通吧。

好呀

好呀

那來試試吧！

因為過去越南原本是沒有文字的，後來有很長一段時間都是使用中國的文字。而在10～12世紀間，為了標示固有語言創造了以漢字為基礎的 chữ Nôm（喃字）文字。

現在的越南文 chữ Quốc ngữ 是在1651年由法國出身的天主教神父的 Alexandre de Rhodes（亞歷山德羅）用羅馬音標示而成的。

cho Nôm?

不，是
chữ Nôm!

嗯～好難喔～這裡是要畫個屋頂吧？

不過，因為越南學者們對於漢文的崇拜，此方法一直未能被推廣。直到20世紀初，越南成為法國的殖民地。法國廢除了越南過去的考試制度後，才讓這種羅馬音標示法廣泛地被使用。

越南崛起！！

我的
第一本越南語課本

*1975年，越南統一之後，政府非常努力將河內（Hà Nội）說的話當作為標準語來推廣普及。

越南雖然有很多方言，不過根據地區可以分成三大類。

以首都河內（Hà Nội）為中心的北部語言，以中部故都的順化（Huế）為中心的中部語言，以及以南部的胡志明（Thành phố Hồ Chí Minh）為中心的南部語言。

河內
Hà Nội

·順化
Huế

胡志明 Thành phố Hồ Chí Minh

這些北部發音、中部發音和南部發音中雖然有詞彙和聲調的差異，不過如今因為受到電視、新聞和廣播的影響，不論使用哪一區的語言在彼此的溝通理解上都不會有問題。

越南語的特徵

單字

>> 跟中文一樣，基本上由單音節單字組成
也有固有語和外來語。

莎莉
Cảm ơn！！
Cảm ơn！！

平哥，送你情人節
禮物，祝您快樂呀！

越文字的一般型態是

單一母音節 Ừ 回答時表示認同
À 對某事表示理解

 ▶ mẹ 母親
bố 爸爸

 ▶ ăn 吃
ong 蜜蜂

 ▶ lớn 大
hôn 吻

雙音節

chúng tôi 我們
cảm ơn 謝謝

*這時就要一個音節間隔一個音節來寫。

哈哈，這是越南語「謝謝」的意
思～越南語的單字結構是一個音
就是一個單字。

come on？
叫我過去
嗎？

啊～那麼，「cảm ơn」
是由雙音節構成的單字
了喔！

對呀～

越南的固有語大體發展為感覺語
和象徵語兩類。根據一些微妙的感受
差異，詞彙分化成各種表達。

感覺語

象徵語

越南的外來
語中70%是中文漢
字、柬埔寨語和
泰國語，除此之
外，隨著跟西洋
的接觸，也有很
多來自法文和英
文的單字。

也有很多
歷史悠久的外
來語已經被當
成固有語來使
用。

文法

> 語順是很重要的!

主詞+動詞+受詞

來,大家排隊站好~
排好!排好!排錯的,
可就糟糕了~

是!! 是!!
是!!
是!!

那麼在開始學習
之前,我們請齒
德俱尊的文法
學究先來致
辭!

喔齁齁!
輪到我登台
了嗎!

各位鄉親父老、兄弟姊妹們,
大家好!你是母語為中文的學習者嗎?
很高興、很歡迎你來學習我們的語言。
在你開始學習文法之後,要告訴你一個天大
的好消息。雖然無法全部套用,但是你可以
善用你的母語優勢,不費吹灰之力地快速
記住我們大部分的文法…

文法學究

中文

主詞 + 動詞 + 受詞

越南語

主詞 + 動詞 + 受詞

越南語的句子跟中文相似,
都是用「主詞─動詞─受詞」的
語順來表達。就如圖示把主詞、受詞和
動詞排好一樣。因為語順會表現出
文法關係,所以語順真的很重要。

聲調

另外還有聲調。越南語一共有六個聲調。即使發音一樣，但聲調不同，單字的意思也不一樣。中文的四個聲調不也是這樣嘛！

以前都不了解，原來越南語的文法也是這樣呀！

越南語的聲調符號有下面這六個："　"，"＼"，"／"，"？"，"～"，"．"喔！

好，我要努力學習，一定精通越南語！！

請聽跟本書一併提供的越南當地人錄音的MP3線上音檔來好好熟悉聲調吧。

漢越語

> 發音跟漢字原本的發音類似。

接著來談漢越語，中國果然是對很多國家都有影響的國家吧？

現在的越南語中約有60%的漢越語。那些漢越語的發音來自於中國長安的方言。

這樣喔！那麼，跟中文的發音很相似了喔～～

對呀～因此，在學習越語中的漢越語時，用中文就能舉一反三呢！甚至於你會台語的話，也會發現有一些台語跟漢越語也很像，記起來很輕鬆呢！

例如。

	台語發音	越南語發音	中國語發音
政治	Tsìng-tī	Chính trị	ㄓㄥˋ ㄓˋ
經濟	King-tsè	Kinh tế	ㄐㄧㄥ ㄐㄧˋ
社會	Siā-huē	Xã hội	ㄕㄜˋ ㄏㄨㄟˋ

*上述台語拼音採《教育部臺灣閩南語常用詞辭典》所載拼音。

那麼，越南人也看得懂漢字嗎？

不會喔。20世紀初，漢字就被廢除了。現在只使用越南語。

從今天開始也要學習漢越語。

發音
Phát âm

本章是熟悉越南語的基本字母和發音的單元。
越南語的字母及發音雖然看起來不太容易，但只要跟著本單元反覆學習，掌握發音便指日可待。只要加油過了這個關卡後面的學習就會輕鬆很多囉！

請反覆聽本書的
MP3 線上音檔
練習。

越文字母 Chữ quốc ngữ

越文由下面的29個字母組成。

字母	發音	字母	發音
A a	a	Ê ê	ê
Ă ă	á	G g	gờ
Â â	ớ	H h	hờ
B b	bờ	I i	i ngắn
C c	cờ	K k	ca
D d	dờ	L l	lờ
Đ đ	đờ	M m	mờ
E e	e	N n	nờ

北音 南音

B00_01.MP3　　N00_01.MP3

字母	發音	字母	發音
O o	o	T t	tờ
Ô ô	ô	U u	u
Ơ ơ	ơ	Ư ư	ư
P p	pờ	V v	vờ
Qu qu	北 cu 北 南 quờ	X x	xờ
R r	rờ	Y y	y dài
S s	sờ		

注意

1. 若與英文比較，越文字母中沒有Ff, Jj, Ww, Zz這四組。

2. 除了Dd之外，另外還有Đđ

3. 標特殊符號的母音字母一共有六個。Ăă Ââ Êê Ôô Ưư Ơơ

4. Qu的發音在北方可唸cu或quờ, 但南方只習慣唸quờ。

母音 Nguyên âm

越南語一共有12個母音。

1 單母音

單母音有基本母音A，E，I，（Y），O，U 和由基本母音變化而來的 Ă，Â，Ê，Ô，Ơ，Ư 等半母音。總共有11個。（發音上 I 與 Y 相似）。

> a · ă · â · e · ê · i · y · o · ô · ơ · u · ư

B00_02.MP3　N00_02.MP3

注意 發音單元中的發音說明皆僅以最接近的音為指導參考。
最正確的發音請聽mp3光碟。

A a

發音近似中文的「啊」。

- hoa lan　蘭花
- làm　做～

Ă ă

發音相近於發出中文的「啊」，並套上聲調的第二聲。

- ăn　吃
- 北 đắt　貴的
- 南 mắc　貴的

Â â

發音近似中文的「鵝」。

- dân tộc　民族
- dấu　聲調

E e

發音近似注音的「ㄝ」，
發音時將舌頭向前一直伸出。

- em　弟弟
- 北 kẻ trộm　小偷
- 南 kẻ cắp　小偷

Ê ê	發音近似注音的「ㄝ」。	êm　柔軟 đêm　夜晚
I i	發音近似中文的「伊」，短音。	in　影印 ít　少的
Y y	發音近似中文的「伊」，拉長音。	y học　醫學 địa lý　地理
O o	發音近似中文的「歐」， 但唸出來的時候像嘴巴含滷蛋的樣子。	cho　給 học　學習 họ　他們
Ô ô	發音近似台語的「黑」。	sống　生活 ông　爺爺 tốt　好
Ơ ơ	發音近似注音的「ㄜ」。	cơm　飯 mới　新的

U u	北 發音近似中文的「巫」。 南 發音近似中文的「歐」。

đúng　對、準（時）

ngủ　睡覺

Ư ư	中文無相近音。上、下兩排牙齒相互貼近，嘴形水平拉長，並用喉嚨音發出近似「さ」的音。

nhưng　不過

như　猶如…

2　複合母音

母音在形態上除了單母音之外，還有**二重母音和三重母音**。
不過，發音上只存在二重母音（即使是三重母語，一定也是一個單母音跟複合母音做合併）。

 北音　 南音

B00_03.MP3　N00_03.MP3

二重母音 Hai nguyên âm ghép

ai	trái	左	oi	soi gương	照鏡子
ay	bay	飛	ôi	một đôi	一對
ây	tây	西	ơi	hơi	有點…
ao	tại sao	為什麼	ua	cua	螃蟹
au	nhau	相互	uê	北 thuê	租
âu	lâu	久的	(北) 南 quê hương	家鄉	
eo	cá heo	海豚	ui	vui vẻ	快樂
êu	thêu	刺繡	uơ	thuở xưa	好久好久以前
ia	chia tay	分手	uy	nguy hiểm	危險
iu	trĩu	沉重	ưa	ngày xưa	往日
oa	vườn hoa	花園	ưi	ngửi	嗅、聞
oe	sức khỏe	健康	ưu	về hưu	退休

編註　（北）南 的符號指南音MP3中唸的是此字。（但北方亦使用此字）

北音
 南音

B00_04.MP3　　N00_04.MP3

三重母音 Hai nguyên âm ghép

iêu	siêu thị	超市
uây	khuây khỏa	忘憂
uôi	nuôi	養、飼養
ươi	tươi đẹp	（長相）甜美
oai	khoai môn	芋頭
oay	ghế xoay	（有滾輪的）電腦椅
oeo	khoèo	彎曲
uya	ăn khuya	吃宵夜
uyu	khuỵu	彎下關節（下蹲）
ươu	hươu cao cổ	長頸鹿
yêu	yêu	愛

子音 Phụ âm

越南語的子音有單子音和複合子音（兩個字母及三個字母）。

單子音	複合子音	單子音	複合子音
b		n	nh ng ngh
c	ch	p	ph
d		qu	
đ		r	
g (gh)		s	
h		t	th tr
k	kh	v	
l		x	
m			

1 單子音 Âm đơn

北音 B00_05.MP3 南音 N00_05.MP3

b	發音近似台語音「嘸在厝（沒在家）」的「嘸」。	• bệnh 病 • bia 啤酒

c	發音近似中文的「個」。 尾音 當尾音時，嘴巴微微張開，使接續在前面的母音迅速停頓。隱約中發出不明顯的「克」的音。	• có 有 • ác 邪惡

d	北 發音近似唸出注音的「ㄖㄜ」，並音調迅速下降。 南 發音近似唸出注音的「ㄧㄜ」，並音調迅速下降。	• da 皮膚 • dê 山羊

| **đ** | 用舌頭向內捲起並快速往前放下的方法，發出近似注音「ㄉㄜ」的音。

大寫時是「Đ」。 | **đêm** 晚上

đẹp 美麗、帥 |

| **g(gh)** | 發音近似注音的「ㄍㄜ」，並將音調迅速下降。

後接母音 e, ê, i 時，要寫成 gh。 | **gà** 雞

ghi 抄

ghi chép 書寫 |

| **h** | 發音近似注音的「ㄏㄜ」，並將音調迅速下降。 | 北 **hôn** 接吻
南 **hun** 接吻

hoa hồng 玫瑰花 |

| **k** | 發音近似台語「剪刀」的「剪」或中文的「嘎」。 | **kéo** 剪刀

kêu 叫喊 |

| **l** | 發音近似唸出中文的「了」。 | **lòng** 內心

làm 做、打造～ |

| **m** | 發音近似唸出注音的「ㄇㄜ」，並將音調迅速下降。

尾音 當尾音時，隱約中唸出近似英文「N」的音後並閉上嘴唇。 | **ma** 鬼

tâm 心 |

n	發音近似唸出注音的「ㄋㄜ」，並將音調迅速下降。	• nóng 熱
		• nói 說
	尾音 當尾音時，以捲舌音拉長前母音的發音。	bảng đen 黑板

| p | 發音近似唸出注音的「ㄅ」，並將音調迅速下降。（這個字只當尾音用。） | bếp 廚房 |
| | 尾音 當尾音時，隱約中唸出近似「ㄅ」的音後並閉上嘴唇。 | tập trung 集中 |

| qu | 發音近似中文的「姑」。 | • quê 故鄉 |
| | | • quá 非常…呀！ |

r	發音近似將舌頭頂住上顎，唸出注音的「ㄖㄜ」，並將音調迅速下降。	rất 非常、很
		• rượu 酒
		• ra 出來

s	發音近似將舌頭頂住上顎，唸出注音的「ㄕㄜ」，並將音調迅速下降。	北 sinh 出生
		南 sanh 出生
		• sáng 早晨

| t | 發音近似唸出注音的「ㄉㄜ」，並將音調迅速下降。 | tàu hỏa 火車 |
| | 尾音 當尾音時，使接續在前面的母音迅速停頓。隱約中發出不明顯的「ㄉ」音。 | hoạt bát 活潑 |

| V | 發音近似唸出英文的「V」+注音的「ㄜ」。 | vẹt 鸚鵡 |
| | | Việt Nam 越南 |

x	發音近似唸出注音的「ㄙㄜ」，並將音調迅速下降。	xa 遠的
		xanh lá cây 綠色
		xã hội 社會

2 複合子音 Phu âm phức

B00_06.MP3   N00_06.MP3

ch	發音近似唸出注音的「ㄗㄜ」，並將音調迅速下降。	chống 抵抗
		chết 死亡
	尾音 當尾音時，嘴巴水平拉長，使接續在前面的母音迅速停頓。	lịch sử 歷史

| tr | 發音近似唸出注音的「ㄓㄜ」，並將音調迅速下降。 | trời 天空 |
| | | trôi （時間）流逝 |

| gi | 北 發音近似英文的「z」。
南 發音近似唸出中文的「伊」。
（形同子音g會脫落，不發音）。 | giỏi 做得很好 |
| | | già 老的 |

| **kh** | 發音近似唸出注音的「ㄎㄜ」，
並將音調迅速下降。 | · khó 困難

· khác 不同 |

| **ng (ngh)** | 發音近似以鼻音唸出中文的「個」的音。
然後將音調迅速下降。

後接母音 e,ê,i 時，要寫成 ngh。

尾音 當尾音時，以鼻音拉長前母音的發音。 | ngon 好吃

nghe 聽

nông nghiệp 農業 |

| **nh** | 發音近似唸出中文的「捏」並緊連注音的
「ㄜ」，然後將音調迅速下降。

尾音 當尾音時，以鼻音輔助前母音的發音。隱
隱約中發出不明顯的「ㄣ」音。 | nhà 家

thành phô 城市 |

| **ph** | 發音近似唸出注音的「ㄈㄜ」，
並將音調迅速下降。
（亦同英語的「f」。） | · phải 必須～

· phút 分 |

| **th** | 發音近似唸出注音的「ㄊㄜ」，並將音調
迅速下降。 | · thích 喜歡

· thế giới 世界 |

尾音 Luyện âm

讓我們再來加強一下，所有尾音的唸法吧！

尾音為 c 的唸法組合

ac	• gạc hươu	鹿角		uc	• súc miệng	漱口
ăc	• 北 giặc biển	海盜		ưc	• Nam cực	南極
	• (北) 南 miền Bắc	北方		iêc	• việc làm	工作
âc	• thức giấc	清醒、覺醒		oac	• khoác lác	吹牛
ec	• méc	告密		oăc	• hoặc là	或是
oc	• cóc	蟾蜍		uôc	• môn học bắt buộc	必修科目
ôc	• Băng Cốc	曼谷		ươc	• hài hước	幽默

尾音為 m 的唸法組合

am	• dũng cảm	勇敢		ôm	• tôm	蝦子
ăm	• gặm	啃		ơm	• nghịch ngợm	頑皮
âm	• đậm	深厚的、濃的		um	• sum họp	聚會
em	• kem	冰淇淋		iêm	• vô liêm sỉ	厚顏無恥
êm	• thêm	添加		oăm	• mũi khoằm	鷹勾鼻
im	• tìm	找		uôm	• buồm	帆船
om	• thom lỏm	期盼（的眼神）		ươm	• bướm	蝴蝶
	(北) 南 còm nhom	瘦		yêm	• yếm	肚兜

尾音為 n 的唸法組合

an	• gián	蟑螂		iên	• từ điển	字典
ăn	• thằn lằn	壁虎		oan	• toán học	數學
ân	• duyên phận	緣份		oăn	• tóc xoăn	捲髮
en	• đen	黑的		oen	• hoen rỉ	大幅生鏽
ên	• nhện	蜘蛛		uân	• hải quân	海軍
in	• nhìn thấy	看見		uôn	• cá chuồn	飛魚
on	• món ăn	菜餚		ươn	• mướn	雇用
ôn	• kết hôn	結婚		yên	• yên tĩnh	安靜
ơn	• cô đơn	孤單		uyên	• thường xuyên	經常
un	• áo thun	T恤				

尾音為 t 唸法組合

at	• hát	唱		ưt	• dứt điểm	徹底
ăt	• mặt trời	太陽		iêt	• triết học	哲學
ât	• Nhật Bản	日本		oat	• toát mồ hôi	流汗
et	• rét	冷		oet	• cười toe toét	開口大笑
êt	• ăn tết	過節、過年		uât	• suất cơm	套餐
it	• thịt bò	牛肉		uôt	• chuột	老鼠
ot	• chim hót	鳥叫		ươt	• vượt ngục	越獄、逃獄
ôt	• tốt bụng	好心		uyêt	• tuyết	雪
ơt	• ớt xanh	青椒		uyt	• xe buýt	公車
ut	• ngón út	小指				

尾音為 p 的唸法的組合

ap	• ăn tạp	雜食		op	• thóp	弱點
ăp	• sắp xếp	整理		ôp	• hộp	盒子
âp	• đập	敲打		ơp	• lớp	班、班級
ep	• đẹp trai	帥哥、美男子		up	• chụp ảnh	拍照
êp	• bếp điện từ	電磁爐		iêp	• danh thiếp	名片
ip	• không kịp	來不及		ươp	• mướp	絲瓜

尾音為 ch 的唸法組合

ach	• gạch	磚頭		ich	• thích hợp	適合
êch	• ếch	青蛙		uêch	• khuếch tán	擴散

北音 B00_13.MP3　南音 N00_13.MP3

尾音為 nh 的唸法組合

anh	• tránh	躲避、避開	oanh	• khoanh tay	兩臂交叉於胸前
ênh	• thênh thang	遼闊、廣大	uynh	• khuynh hướng	傾向
inh	• tính tình	性格、個性			

北音 B00_14.MP3　南音 N00_14.MP3

尾音為 ng 的唸法組合

ang	• trang trại	牧場
ăng	• 北 lắng	沉澱
	（北）南 mặt trăng	月亮
âng	• lâng lâng	舒坦、開朗起來
ong	• thất vọng	失望
ông	• kỳ nhông	蜥蜴
ung	• ấm cúng	溫馨的
ưng	• rừng	森林
iêng	• viếng thăm	探訪、掃墓
oang	• hoang mang	慌忙
oăng	• loăng quăng	弄不清楚方向
uông	• buông lời	（不小心）說漏了嘴
ương	• tiền lương	薪水

聲調 Thanh điêu（Dấu）

越南語的最大特徵之一就是有聲調。

聲調一共有六個。中部和南部發音則有五個（因為 " ~ " 和 " ? " 被認知是一樣的。

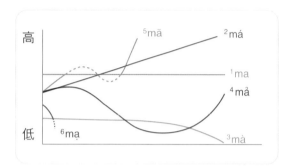

圖中從上到下標示了聲調符號。

因為在閱讀時看得到聲調，所以理解上沒有障礙。不過說或聽的時候看不到，所以需要注意這些細微的不同。因為聲調不同的話，意思也會完全不同。

 北音　 南音

B00_15.MP3　　N00_15.MP3

聲調符號	符號外觀及說明	發音方法	例	
1 a Thanh ngang	無符號（平聲） 沒有抑揚頓挫，毫無變化的單純音	以平音為基準。類似中文的一聲。	ma đi	鬼（幽靈） 去
2 á Thanh sắc	／（銳聲） 向上伸長	聲音要快速往上揚。類似中文的二聲。	má nói	媽媽 說
3 à Thanh huyền	＼（弦聲） 向下伸長	從中段音開始慢慢地往下降。類似中文的四聲。	mà gà	不過 雞
4 ả Thanh hỏi	?（問聲） 向下再往上，很自然地彎曲	在中段音往下降後，又從中段音開始往上揚。類似中文三聲半。在南音裡，問聲在音往下降後，然後再往上揚。	mả hỏi	墳墓 問
5 ã Thanh ngã	～（跌聲） 向下再往上聲帶緊張	從中段音往上揚一點點之後，音停頓之後，再次快速往上揚。類似中文的三聲但要拖長音。在南音裡，跌聲在音往下降後，然後再往上揚。與問聲幾乎相同，但實際上有長一點。	mã Mỹ	馬 美國
6 ạ Thanh nặng	•（重聲） 在低的地方緊急下降聲帶緊張	音要快速往下降並馬上結束。類似中文的四聲半。在南音裡，重聲緩緩下降後，又緩緩地延長上揚。北、南音聽起來差很多，請注意。	nặng học	重 學習

注意　被視為越南標準語的北部音和中、南部音中有個明顯不同之處，即在中部及南部發音中 " ? （問聲）" 和 " ~ （跌聲）" 幾乎是一樣的。

 北音　 南音

1 根據聲調不同,意思也會不一樣。

B00_16.MP3　　N00_16.MP3

ma	má	mà	mả	mã	mạ

| 魔鬼 | 媽媽 | 不過 | 墳墓 | 馬 | 水田、稻田 |

2 標有聲調符號的書寫順序

書寫練習

ma ➡ m͘ ma

má ➡ m͘ ma má

mà ➡ m͘ ma mà

mả ➡ m͘ ma mả

mã ➡ m͘ ma mã

mạ ➡ m͘ ma mạ

聲調練習

邊聽MP3 線上音檔邊大聲朗讀。

請根據聲調朗讀以下單字！

 北音
 南音

B00_17.MP3　　N00_17.MP3

ma	má	mà	mả	mã	mạ

魔鬼	媽媽	不過	墳墓	馬	水田、稻田

ta	tá	tà	tả	tã	tạ

我（自已）	一打（12個）	接近傍晚	描繪	尿布	100kg

mo	mó	mò	mỏ	mõ	mọ

沒有意義	碰觸	用手摸	礦山	木魚	沒有意義

quy	quý	quỳ	quỷ	quỹ	quỵ

歸	貴重	下跪	鬼	會費	昏倒

本章收錄初學者也可以輕鬆學會的基本會話。

為了讓初學者可以簡單地親近越南語，本章整裡了最基礎的常用會話。在開始學習本文之前，先了解並熟悉這些越南語的基本會話的話，在後面的學習中幫助很大呦！

基礎會話
Hội thoại cơ sở

打招呼 Chào hỏi

01 相遇時 Gặp nhau

北音 南音

B00_18.MP3　　N00_18.MP3

相遇時和分開時的打招呼用語是 Chào+人稱代名詞。

Chào 作為動詞，意思是「打招呼」。根據對象的不同，跟 Chào 一起使用的人稱代名詞也會不一樣。人稱代名詞根據男女老少、社會地位和年齡來區別。

打招呼用語	人稱代名詞	
Xin chào		您好！ 這是很尊重的打招呼用語。不會使用於關係密切的人身上。主要用於初次見面的時候。
Chào	ông	（老人家的）您；阿公 Ông 的語感上像是「阿公」，是比較通俗的稱呼方式；如果要稱像中文的「爺爺、內祖父」則是「Ông nội」。
	bà	（老人家的）您；阿嬤 Bà 的語感上像是「阿嬤」，亦是比較通俗的稱呼方式；如果要稱像中文的「奶奶、內祖母」則是「Bà nội」。
	anh	哥哥、年紀稍長的男性
	chị	姊姊、年紀稍長的女性、（表達尊重）不分年紀，已婚的女性
	thầy	男老師
	cô	女老師、姑姑、少女、小姐
	em	弟弟、妹妹、年紀較小的人
	cháu	小孩、孫子、姪子
	bạn	朋友+〔名字〕（關係很好的稱法）

編註　雖然在中文裡「阿公=爺爺」、「阿嬤=奶奶」，但在越文裡稱呼的語感不同，叫法也不一樣。

北音 B00_19.MP3　南音 N00_19.MP3

02 初次見面 Lần đầu gặp nhau

Chào ông ạ.　年長的男人	
	您好?
Chào bà ạ.　年長的女人	

 這是第一次見面時互報姓名時的招呼用語。依據對象的不同 ạ 前面的稱呼也會不一樣。但是在南部不會使用 ạ 的用法,只會說 chào anh, chào em 而已。

Rất vui được gặp anh.	看到你很開心。

 anh 使用於年長的男性。

Hân hạnh.	幸會。
Hân hạnh được gặp anh. Rất hân hạnh được gặp anh.	非常榮幸見到你。

 hân hạnh 的意思是「光榮」。意思就是說可以見到您,對我來說是一件很光榮的事情。

打招呼 Chào hỏi

03 好久沒見的時候 Gặp mặt

北音 B00_20.MP3　南音 N00_20.MP3

Anh có khỏe không?	過得好嗎？（過得健康嗎？）

相當於英語的 How are you？，是詢問健康狀態、心情等的打招呼用語。根據對象的不同，có 之前的稱謂也不一樣。

Tôi khỏe.	我過得很好。

Tôi 是表示「我」的第一人稱。

Lâu lắm rồi mới gặp anh.	（對年紀稍大的男性說）好久不見。

Lâu 的意思是「長久」，lắm 的意思則是「非常」。遇到不同對象時，最後的 anh 必須替換其它稱謂。（可參考第 36 頁的說明）

Lâu quá không gặp.	好久不見了。

這是用於關係密切的人之間打招呼用語。gặp 的意思是「見面」。這一句與上一句的意思相近。

B00_21.MP3　N00_21.MP3

04 分開的時候 Tạm biệt

Tạm biệt.	暫別了。
Chào anh.	（對哥哥、年紀稍大的人說）再見。

 Tạm biệt 是已知跟對方下回見面將是很長的一段時間時說的話。如果僅是短時間內就會再見的時候，越語會說「Chào + 稱謂」。（稱謂的變換，可參考36頁）。此外，「再見」的親切說法先說 Chào anh（chị）再加上：

Chị về nhé / anh về nhé →（主人或客人都可說）
Chị về ạ（主人說的話）
Em về đây ạ（客人說的話）

Về cẩn thận.	一路小心。
Đi đường cẩn thận.	

 這是對離開出門的人說的話。

Hẹn gặp lại.	（下次）再見。

呼叫某人的時候

Em ơi!	（呼叫某人時的發語詞）
Anh ơi!	

 這句話需要注意稱謂的應用，如果像例子是「Em ơi」，呼叫的就年紀、輩份上比自己小的人。這句話也常用在小吃店裡叫服務生時使用，如果呼叫的對象年紀明顯比自己小，就可以直接叫「Em ơi」，這時中文就像是「對不起！請過來一下（我要點餐）」之類的。比自己的年紀稍大一點的男性則是叫「Anh ơi」、女性則是叫「Chị ơi」。

打招呼 Chào hỏi

05 感謝 Cảm ơn

 北音 南音

B00_22.MP3　　N00_22.MP3

　　「謝謝」和「對不起」在越語會話中使用頻率極高,與越南人的生活已經密不可分。請一樣要注意到,Cảm ơn 後接的目標人稱代名詞,也是依對象不同而有所不同喔。

Cảm ơn! = Cám ơn!	謝謝。
Rất cám ơn!	非常感謝。

Cảm ơn（Cám ơn）	相當於中文的「謝謝」
Cảm ơn anh	謝謝你(哥哥、年紀稍大一點男性)
Cảm ơn chị	謝謝妳(姊姊年紀稍大一點的女性)
Cảm ơn em	謝謝你(弟弟、妹妹、晚輩)
Cảm ơn cô	謝謝妳(謝謝女老師…等等)
Cảm ơn thầy	謝謝你(謝謝男老師…等等)

　　跟之前介紹過的 Chào 一樣,在中文聽起來都是「你」的部分,在越文中的表達確是要相當地層次分明。

Không có gì.	不客氣。

這是當別人對我們表達感謝之意時的回答。

編註　不論是「Cám ơn」還是「Cảm ơn」,他們的都跟台語的「感恩」發音很類似,恰巧義意也相同,是不是既有趣又好記呢!

 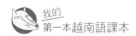

北音

南音

B00_23.MP3　　N00_23.MP3

06 道歉 Xin lỗi

　　Xin lỗi 相當於中文的「對不起」，一樣的概念下，需接續的對象人稱代名詞亦是依男女老少、社會地位及年齡而有所不同。

| Xin lỗi. | 對不起。失禮了。 |

 Xin lỗi 相當於中文的「對不起」，與前面也是一樣的概念，需接續的對象人稱代名詞亦是依男女老少、社會地位及年齡而有所不同。

　　這句話是用在向對方道歉時使用，但同時也兼具了英文「Excuse me」的機能，用於向對方搭話時先行發聲向對方說「不好意思」一樣。

| Thành thật xin lỗi. | 真的很抱歉。
（真心感到對不起時說） |

 Thành thật 的意思是「真心的、用心的」。

| Không sao. | 沒關係。（那不算什麼） |

 這是當別人向我們表達歉意時的回答。

| Không sao, xin đừng lo. | 沒關係。不用擔心。
（請勿擔心） |

編註　相信你已經發現了，相當於中文「打招呼」、「請」、「謝謝」、「對不起」…等這些用語該如何接續人稱代名詞在越語中可是一門複雜的學問。這是初始最需要學習的部分，但也很難在一時半刻就能正確掌握的部分。所以請不要心急，先有概念之後，再往下學習，反覆接觸之後就能慢慢理解了。

其他 Khác

北音 B00_24.MP3　南音 N00_24.MP3

01 回答 Trả lời

Vâng.	是。
Không.	不是。
Dạ, vâng.	是，就是那樣。
Dạ, không.	（禮貌說法）不是。
Có.	有。
Không có.	沒有。
Tôi hiểu.	我懂了。 hiểu 指的是對人事物清晰、透徹，等於中文的「懂、明白」。
Tôi không hiểu.	我不懂。
Tôi biết.	我知道。 biết 指的是對人事物略有概念上的知悉，等於中文的「知道」。
Tôi không biết.	我不知道。
Tôi làm được.	我做的到。
Tôi không làm được.	我做不到。

編註　當在北方被人叫住，還不知道對方要幹嘛時！？可以用 Dạ（是）來回應。當了解了他的請求，且自己也認同時，就回答 Vâng（是）；在南方則指晚輩對長輩禮貌地的回應「是」。

42  我的
第一本越南語課本

02 各種問題和表達
Các loại câu hỏi và biểu đạt

Alô!	喂！
	🤓 這是接起電話時的第一聲發語詞。

~đây.	我是……、是我。
	Quỳnh đây　我是（小瓊）
	🤓 當確定對方是要找自己時，越文表達會習慣連自己的名字都報出來。

Cố lên!	加油！

Anh nói gì?	（對稍年長男性）你說什麼？ （可以請您再說一次嗎？）

Cái này là cái gì?	這是什麼？

（Cái này）bao nhiêu tiền?	（這個）多少錢？
	🤓 這是詢問價錢時的表達。

Bây giờ là mấy giờ?	現在幾點？

課文裡精選的內容主要都是由現今在越南語最實際的對話所構成。原則上內容都是以簡單又很容易的句子構成的，初學者都可以輕鬆學會。

課文
Bài Khoá

那麼，
你準備好了嗎？
咱們開始上課囉！

B01_1.MP3　　N01_1.MP3

Mộng Phàm

Chào chị.

Trang

Chào anh. Xin lỗi, tên anh là gì?

Mộng Phàm

Tên tôi là Mộng Phàm. Rất vui được gặp chị.

Trang

Tên tôi là Trang. Rất vui được gặp anh.

▶ 在初次見面打招呼時，中文裡雖然常用「很榮幸見到您」這樣的表現。但是在越語中相當於中文「榮幸」的字「Hân hạnh」實際上卻是不太常被使用的，而是常像一樣用「Vui（高興）」來表達。

Mộng Phàm

Chào chị. Hẹn gặp lại.

Trang

Chào anh. Hẹn gặp lại.

夢帆和阿妝今天第一次見面。夢帆是男性、阿妝是女性。兩人的年齡相近。

第一次見面的時候

夢帆　妳好。

阿妝　你好。不好意思，請問你叫什麼名字？

夢帆　我的名字叫夢帆。很高興見到妳。

阿妝　我的名字叫阿妝。很高興見到你。

分開的時候

夢帆　請慢走。下次再見。

阿妝　請慢走。下次再見。

 北音
  南音

B01_2.MP3　　　N01_2.MP3

單字 Từ mới

□ chào	你好	□ là	是～（英語的be動詞）
□ chị	您、年紀稍大的女性長輩	□ rất	很、非常
□ anh	您、年紀稍大的男性長輩	□ vui	高興
□ xin lỗi	不好意思（英語的excuse me!）	□ được	得到、能
□ tên	名字	□ gặp	見面
□ gì	什麼	□ hẹn	約定
□ tôi	我	□ lại	再次（again）

基礎文法解說

1 | Chào! 　　　　　　　　　　　　　　　你好！

　　Chào 是動詞，本來意思是「**打招呼**」。人與人之間相見問候時，意思則變成「**你好**」；而在分開的時候說時，則變成了「**再見**」的意思。

　　Chào 後面接的是**第二人稱代名詞**。

chào ✤ 第二人稱代名詞

第二人稱代名詞

　　與若因公務等緣由而碰面的陌生人打招呼時，可使用的人稱代名詞如下：

　　表示自已的**第一人稱代名詞**是 Tôi（我）。

　　下表中不厭其煩地再次將越文的第二人稱及其表示的中文列成表，希望你能儘快熟悉，使用時請注意聽者的性別、年齡，以及聽者與說者之間的關係。

第二人稱代名詞	對象	第二人稱代名詞	對象
ông	（老一輩的男性）您	bà	（老一輩的女性）您
anh	（年紀稍長的男性）你	chị	（年紀稍長的女性、大約差10歲內的女性）妳、小姐
em	（年紀小的）你；學生、學弟妹	cháu	小朋友、兒童
thầy	男老師	cô	女老師、姑姑

　　在 Chào 前面有出現 Xin 的句子後面加上 ạ 的話，就變成是尊敬語的表達。

　例 Xin chào ông = Chào ông ạ　　　阿公，你好！

　　Chào cô ạ　　　　　　　　　　　老師，你好！（女老師）

　　　　　　　　　　　　　　　　　對老師要使用 ạ。

2 Xin lỗi, anh tên là gì? 不好意思，你叫什麼名字？

① Xin lỗi 相當於英語的 Excuse me，是開口搭話時的「不好意思」。

② là 意思是「是～」，相當於英語的「be動詞」。句型也跟英語的 be 動詞句子一樣。tên 的意思是「名字」。

$$A + là + B$$

$$=$$
be動詞

A是B。

例

| Tôi | + | là | + | Trang. | (= I | am | Trang.) |
| 我 | | 是 | | 阿妝 | 我 | 是 | 阿妝 |

▶告知名字的各種表達

| 我是阿妝。 | Tôi
我 | là
是 | Trang.
阿妝 |
| 我的名字是阿妝。 | Tên tôi
我的名字 | là
是 | Trang.
阿妝 |

③ gì 的意思是「什麼」。疑問詞 gì 出現在（是～）的後面。

例 Tên anh là gì?　　　　　　　⟶ Tên tôi là Chí Quang.
你的名字是什麼？（你叫什麼名字）　　我的名字是志光。
（Anh 是詢問男性）

編註 「Anh tên là gì?」與「Tên anh là gì?」原則上意思是相同的，差別只在發話的當下，話者想強調關注的重點是擺在話頭的部分。「Anh tên là gì?」問的重點在「"你"的名字是什麼？」；「Tên anh là gì?」問的重點在於「你的"名字"是什麼？」。回答時也可以用一樣的概念代人。

3 Rất vui được gặp chị. （見到您）真的很高興。

這句話用於初次見面的打招呼用語。

~rất 是副詞，意思是「**非常**」；vui 是形容詞，意思是「**開心、高興**」；được 這個字的意思相當的多，目前我們先了解使用方法為 được + 動詞的文法型態就好，這時有「**得到、能夠**」的意思；gặp 是動詞，意思是「**見面**」。

例 Rất vui được gặp chị.　很高興見到妳。（對方是女生）

=Rất hân hạnh được làm quen với chị.

關於
越南人名

剛經過本課會話的洗禮，不知道你有沒有察覺到，會話中的人物我們都用「名字（不含姓）」來稱呼，事實上，這也是符合普遍越南話交談中的概念。

一般來說，中文在稱呼不熟的人時會以「○○先生／小姐」來稱呼以示禮儀、熟的朋友才會直呼名字，或是小名。但是越南會話中，不論熟的、不熟的，都習慣以名字來稱呼，在越南人的交談習慣中，幾乎不會去談到對方的姓。而且當越南人的名字三個字時，他也可能只從名字中的兩個字中取一個來稱呼而已。而關於越南的姓氏雖然也不算少，但是主要的大姓是「阮 Nguyễn」，阮姓的人口相當的多，多到甚至於可能還超過台灣姓「陳」的人口數。

此外，越南人的姓名中，至今仍有許多人保有著「墊名 Tên đệm」。所謂的墊名，就是指介於姓與名字中間的字（一般排第二的字），有墊名的好處，就是能看一眼就知道這個名字是男性還是女性。男性一般最常見的是「文 Văn」，例如越南1997-2006年的前任總理潘文凱（Phan Văn Khải）；而女性一般最常見的是「氏 Thị」，例如2008年會安市曾一度選出的越南小姐陳氏水蓉（Trần Thị Thùy Dung）。由於墊名並不屬於全名中的一部分，所以旅居漢字國家的越南人，往往會在居留證上將墊名給省略掉。

 對象不同，就要使用不同的打招呼用語

 北音　 南音

B01_3.MP3　N01_3.MP3

> Chào!
> 你好！

 ông　阿公、（老人家年紀的男性）您

 bà　阿嬤、（老人家年紀的女性）您

 anh　哥哥、（年紀稍長的男性）你

 chị　姊姊、（年紀稍長的女性、大約差10歲內的女性）妳、小姐

 thầy　男老師

 cô　女老師、姑姑

 em　（年紀較小）弟弟、妹妹、學生、學弟妹

 cháu　小朋友、兒童、孫子（女）

> Chào em.
>
> Chào anh.

> Chào cháu.
>
> Cháu chào ông ạ!

B02_1.MP3 N02_1.MP3

Anh Đương giới thiệu Mộng Phàm làm quen với Thu Hằng.

Đương

Xin giới thiệu, đây là anh Mộng Phàm.

Thu Hằng

Chào anh. Xin tự giới thiệu, tôi tên là Thu Hằng.

Mộng Phàm

Chào chị ạ. Rất vui được gặp chị. Tên tôi là Mộng Phàm.

Thu Hằng

Rất vui được gặp anh.

Anh là người nước nào?

Mộng Phàm

Tôi là người Đài Loan.

Chị là người Việt Nam, phải không?

Thu Hằng

Dạ vâng. Tôi là người Việt Nam.

阿當介紹夢帆給秋姮認識。

 阿當 我來介紹一下。這位是夢帆。

秋姮 你好。我來自我介紹。我的名字叫秋姮。

夢帆 初次見面。很高興見到你。我的名字是夢帆。

秋姮 很高興見到你。

你是哪國人？

夢帆 我是台灣人。

妳是越南人，對吧？

秋姮 是的，沒錯。我是越南人。

北音
B02_2.MP3

南音
N02_2.MP3

單字 Từ mới

□ với	對…、向…
□ làm quen	認識
□ giới thiệu	介紹
□ tự	自己
tự giới thiệu	自我介紹
□ đây	這位、這人、這
□ ạ	用於句尾，表示尊敬的用語
□ người	人
□ nước	國家
□ nào	哪種、哪個、哪
□ Đài Loan	台灣
□ không / phải	不是／是
□ dạ vâng	是的，沒錯（尊敬表示）
□ Việt Nam	越南

基礎文法解說

| 1 | tự giới thiệu | 我來自我介紹 |

❶ tự 的意思是「自己」，giới thiệu 的意思是「介紹」。當兩個單字合在一起時，意思就是「自我介紹」。 在一般的情況下，越南語中都會使用第一人稱。不過，大部分表示「打招呼、感謝」等句子則會省略第一人稱。

❷ là 句子的語順

越語跟中文相同，根據文法把單字依序排好，句子就順利完成了。因此，語順是很重要的。

là 句子的語順跟中文句子都一樣，都是**主詞+動詞+補語**。

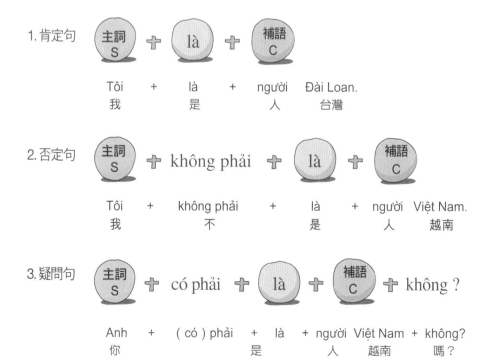

là 句子的語順

1. 肯定句　**主詞 S** ＋ **là** ＋ **補語 C**

| Tôi | + | là | + | người | Đài Loan. |
| 我 | | 是 | | 人 | 台灣 |

2. 否定句　**主詞 S** ＋ không phải ＋ **là** ＋ **補語 C**

| Tôi | + | không phải | + | là | + | người | Việt Nam. |
| 我 | | 不 | | 是 | | 人 | 越南 |

3. 疑問句　**主詞 S** ＋ có phải ＋ **là** ＋ **補語 C** ＋ không？

| Anh | + | (có) phải | + | là | + | người | Việt Nam | + | không? |
| 你 | | | | 是 | | 人 | 越南 | | 嗎？ |

2 đây
這、這位（這人）、這個

đây 是「這」的意思，當用於在介紹人物時，也就有了「這位（這人）」的意思。此外，đây 指示的是離話者比較近的人、事、物。一般來說，它也有「這裡」的意思。

例 Đây là chị Lan.

這位是阿蘭。

在介紹年紀稍長、已婚的女性時，要在被介紹人姓名前面加上 chị。

Đây là quyển sách.

這是一本書。

quyển 是計算書數量的量詞，即「冊」或「本」。請參考P.156。

3 phải không
對吧？

疑問句的表達有很多種。這裡先來了解附加疑問句（反問疑問句）。

肯定句

✛ phải không？ **對吧？**

否定句

表示附加疑問的「phải không（對吧？）」，使用上必須放於句尾。

回答時

| 肯定 ◯ | vâng = phải | 是 |
| 否定 | không (phải) | 不‧是 |

在回答「phải」或是「không phải」之前，可以先加上一個 Dạ，語氣上會感覺比較尊敬。

例 Bạn là người Mỹ, phải không?　　你是美國人，對吧？

> Ban 是第二人稱代名詞，是「朋友」的意思。由於越文在稱謂上的使用需相當分明（請見01課），所以剛見面還搞不清楚該怎麼跟對方分輩份的時人，可以先用 Bạn 來稱呼，就像中文說：「（這位）朋友」一樣，男女間皆可用。

→ Vâng (Phải), tôi là người Mỹ.　　是（沒錯），我是美國人。

> 回答時先說 Vâng 就不會再說 Phải。

Tên bạn là Chí Hùng, phải không?　　你的名字是志雄，對吧？

→ Không, tôi tên là Lý An.　　不，我的名字是李安。

Bạn là người Việt Nam, phải không?　　你是越南人，對吧？

→ Dạ phải.　　是的，沒錯。

Bạn là người Nhật, phải không?　　你是日本人，對吧？

→ Dạ không phải.　　不，不是的。

4 人稱代名詞的單數和複數

　　人稱代名詞根據男女、年齡、社會地位或親密程度，在使用上會有所不同。

	單數		複數	
第一人稱	tôi	我	chúng tôi（不包含聽者） chúng ta（包含聽者的所有人）	我們 我們、咱們
第二人稱	ông bà anh chị cô em cháu	您 您 你 妳 妳 你／妳 你／妳	các ông các bà các anh các chị các cô các em các cháu	您們 您們 你們 妳們 妳們 你（妳）們 你（妳）們
第三人稱	ông ấy bà ấy anh ấy chị ấy cô ấy em ấy	他 她 他 她 她 他／她	các ông ấy các bà ấy các anh ấy các chị ấy các cô ấy các em ấy Họ	他們 她們 他們 她們 她們 他（她）們 他（她）們

▸ 第三人稱單數代名詞只要在第二人稱單代名詞後面加上 ấy 即可完成。
▸ 第二、第三人稱複數代名詞：第二、第三人稱單數代名詞是在稱謂前加上 các 即可。
▸ Họ 是不分男女老幼皆可使用的「他們／她們」。

例　Các anh là người nước nào?　　　你們是哪國人？
　　　　　　　　　　　　　　　　　　（用於年紀稍長的男性們）

→ Chúng tôi là người Đài Loan.　　　我們是台灣人。

Cô ấy tên là Dung Anh.　　　　　　她的名字是蓉櫻。

or ⎰ Các anh ấy là sinh viên.　　　　他們是大學生。
　　⎱ Họ là sinh viên

在越南當地也說得通的對話

 北音

 南音

B02_3.MP3　　N02_3.MP3

 自我介紹

 Tên anh (chị) là gì?　　　　你（妳）叫什麼名字？

　→ Tôi tên là Ngọc Đặng.　　　　我的名字是玉磴。

　→ Tôi tên là Vương Văn Cường.　　我的名字是王文強。

　→ Tôi là Thu Hằng.　　　　　　我是秋姮。

Tôi là người Đài Loan.
我是台灣人。

Chị là người nước nào?
妳是哪國人？

國家名、城市名、人名等專有名詞，開頭的第一個字必須大寫。

請仔細聽，並聽著讀讀看～

→ Tôi là người Việt Nam. 我是越南人。

 我們用一些與越南關係密切的國家來做練習吧！

國家　nước　→ Tôi là người _____.　　我是 _____ 人。

Đài Loan 台灣	Hàn Quốc 韓國	Nhật Bản 日本	Trung Quốc 中國
Thái Lan 泰國	Lào 寮國	Campuchia 柬埔寨	Pháp 法國
Nga 俄國	Mỹ 美國	Anh 英國	Indonesia 印尼

Tôi là người Đài Bắc.　我是台北人。

Tôi là người Sài Gòn.
我是胡志明市（西貢）人。

Tôi là người Hà Nội.
我是河內人。

Tôi là người Đài Bắc.
我是台北人。

「西貢（Sài Gòn）」是胡志明市的舊稱。但至今仍有不少越南人習慣稱胡志明市為西貢。

越南的行政區

圓型！
（Hình tròn）

扁型！
（Hình dẹp）

來～同學們，看一下老師的腰是什麼型的呀？

這群可惡的小兔崽子，快說出正確答案！

難道是S型嗎？

　　沒錯。越南的國土就跟老師的S曲線一樣，非常狹長。其海岸線約有3200km。

　　因為南北相隔很遠，南部的氣候分成乾季和雨季，北部則四季分明，春天和秋天各自只有一個月左右，比台灣短。

　　越南的首都是河內Hà Nội。因為地理和氣候的影響，南北部的人在性格、文化、生活和用語上都有所不同。

面積　330,000Km² 約台灣的5倍
人口　9,000萬人
首都　Hà Nội
氣候　南部－乾季和雨季
　　　（熱帶溫和型）
　　　北部－四季分明
　　　（亞熱帶性）

• 河內

胡志明市

我的
第一本越南語課本

Hà Nội

目前越南共有63個一級行政區，其中有58個省及5個中央直轄市。（2024年1月資料）

越南社會主義共和國的首都是河內 Hà Nội！

南部的胡志明市 TP. Hồ Chí Minh 是商業的中心，Hà Nội 則是政治和文化的中心。

Hà Nội 在 1954 年是北方的越南民主共和國的首都。1976 年，北方的共產黨統一越南之後，就成為現在越南社會主義共和國的首都。立都已有1010年歷史的 Hà Nội，不枉其千年古都的美名，至今還保留著許多歷史悠久的寺廟。

如果說越南的經濟改革是從 TP. Hồ Chí Minh 為中心來開始的話，那 Hà Nội 發展的重點就是政治與文化。河內的是以還劍湖 Hồ Hoàn Kiếm 為中心開始擴展的，湖岸的南邊可以看到很多飯店、餐廳、旅行社、航空公司、大使館等建築及設施。而這些建築依然保留著法國殖民時期的建築風格。

湖的北邊則規劃成城市產業的中心地。與其說是自由經濟發展，還不如說大多都是政治性的變遷。跟胡志明市那種活潑的氛圍相較之下，河內則是在寂靜的氛圍中悄悄轉變風貌。

還劍湖
Hồ Hoàn Kiếm

Hà Nội 市內有很多湖，其中最有名的就是 Hồ Hoàn Kiếm（亦稱（劍湖））hồ Gươm），它是一座位於河內市中心的淡水湖，湖名意為「歸還劍的湖」。湖的總面積為12公頃，南北長度為700m、東西200m。因有許多美麗的樹影林立在縱向的湖岸邊，因此這裡可以說是 Hà Nội 地區相當羅曼蒂克的浪漫指標地。

湖的北邊有熱鬧的市集，南邊則能觀望許多美麗的法式建築。湖邊沿路上車水馬龍，機車和腳踏車騎士來來往往，絡繹不絕。也是當地市民出外休閒的好去處。

最近，你在做什麼？
Dạo này, anh làm gì?

B03_1.MP3   N03_1.MP3

Thu Hằng

Lâu lắm rồi mới gặp anh. Anh có khỏe không?

Chí Hùng

Cám ơn chị, tôi khỏe. Còn chị, chị có khỏe không?

Thu Hằng

Cám ơn anh, tôi bình thường. Anh đi đâu đấy?

Chí Hùng

Tôi đi làm.

Thu Hằng

Dạo này, anh làm gì?

Chí Hùng

Tôi đang làm ở bệnh viện Chợ Rẫy.

Còn chị, dạo này chị làm gì?

Thu Hằng

Tôi đang làm giảng viên ở trường Đại học Quốc gia Thành phố Hồ Chí Minh.

秋姮　好久不見。你過得好嗎？（你身體健康嗎？）
志雄　是的，謝謝。我很好。妳呢？
秋姮　是的，謝謝。我還是那樣。你要去哪裡？
志雄　我現在要去工作。

秋姮　最近，你在做什麼工作。
志雄　我在 Chợ Rẫy 醫院當醫生。
　　　那最近妳在做什麼工作？
秋姮　我在胡志明市的國立大學當講師。

 北音 南音

B03_2.MP3　　N03_2.MP3

單字 Từ mới

□ lâu	長時間	□ đang	正在做～
□ lắm / quá	太		用 đang + 動詞的形態來表示
□ cám ơn	謝謝	□ ở	在～
□ khỏe	健康	□ bệnh viện	醫院
□ bình thường	普通、一般	bệnh viện Chợ Rẫy	醫院
□ đi	去	□ giảng viên	講師
đi làm 去工作		□ trường đại học	大學
□ đâu	哪裡	trường Đại học Quốc gia	國家大學
□ đấy	呀	□ Thành phố Hồ Chí Minh	
（帶著深入詢問對方想法、打算的意思）			胡志明市（地名）
□ làm	工作		
□ dạo này	最近		
□ gì	什麼		

基礎文法解說

1 Anh có khỏe không?　　你過得好嗎？（你身體健康嗎？）

khỏe 的意思是「健康」。

越南語中的動詞跟中文一樣，透過單字的排列即能傳達意思。因此，在越南語中語順是很重要的。

句子的語順

1. 肯定句　主詞 S ＋ 動詞 V ＋ 受詞 O

Tôi　＋　yêu　＋　cô ấy.
我　　　　愛　　　她

2. 否定句　主詞 S ＋ không ＋ 動詞 V ＋ 受詞 O

Tôi　＋　không　＋　yêu　＋　cô ấy.
我　　　　不　　　　愛　　　她

3. 疑問句　主詞 S ＋ (có) ＋ 動詞 V ＋ 受詞 O ＋ không?

Anh　＋　(có)　＋　yêu　＋　cô ấy　＋　không?
你　　　（有）　　　愛　　　她　　　　嗎？

*có 也可以省略。

4. 關於疑問句的回答　　肯定　có / vâng　　否定　không

例 Tôi uống nước.　　　　　　我喝水。

▸ uống　喝
nước　水

Tôi không ăn cơm.　　　　　我不吃飯。

▸ ăn　吃
cơm　飯

Anh có thích Đài Loan không?　你喜歡台灣嗎？

▸ thích　喜歡
Đài Loan　台灣

2　còn　　　　　　　　　　　　　　還

　　còn 是「還」意思，它使用於轉換話題方向的時候。好比說本課的例句「tôi khoẻ. Còn chị, chị có khoẻ không?」，角色在講完「tôi khoẻ.（我很好）」之後，轉換方向要問對方的狀態，所以說了「Còn chị,」，這時候對「Còn」的認知就可以是「還有妳呢」也就是「那麼妳呢」的意思。còn 後面的接的第二人稱代名詞也是因發話對象有所不同，請特別注意。

例 Còn anh?　　　　　　（還有）那你呢？

3　đi đâu đấy　　　　　　　　你去哪裡？

❶ đi 是動詞，是「去」的意思。đến 則是「來」的意思。

▸ Hà Nội　河內

例 Đi Hà Nội.　　　　　　　去河內

Tôi đi Việt Nam.　　　　　我去越南。

此外，「đi + 動詞」也表示打算要去哪裡的目的。

▸ làm　工作

例 Đi làm　　　　　　　　　去工作。

▸ học　學習

Tôi đi học　　　　　　　　我去學習。

❷ đâu 是疑問詞，意思是「哪裡」，表示場所或位置等相
關單字。

疑問詞

ai	誰	khi nào	何時
đâu	哪裡	gì	什麼
ở đâu	在哪裡		
đến đâu	到哪裡	thế nào	怎樣
tại sao	為什麼		

❸ đấy 是語尾助詞。通常跟 ai, gì , đâu,等疑問詞一起接續
使用。đấy 有深入詢問對方想法、打算的語意在，也就是
說，當發問者加上 đấy 的時候，他可能就不是隨口問一
下，而且深入知道被問者的一些資訊。

例 Bạn đi đâu đấy?　　　　　　　你去哪？

　　　　　　　　　　　　　　▶ Bạn　你、您

Anh đang làm gì vậy?　　　　你在做什麼嗎？

4　làm　　　　　　　　　　　　　　　　　　工作

làm 是動詞，大多用於詢問或回答職業的時候。

Anh làm (nghề) gì?   您做什麼？
您   做   工作、職業   什麼、哪種

問職業的時候，可以省略nghề，簡單地說 Anh làm gì？

▶ nghề   職業

答案大致有兩種表達。這時候，làm 可以跟 là 替換使用。

例 Tôi làm bác sĩ.   我在做醫生。

=Tôi là bác sĩ.   我是醫生。

▶ bác sĩ   醫生

5

đang + V	正在～

đang 是表示進行的時制詞，表示某個動作現在正在進行中。位於動詞的前面。

例 Anh đang làm gì đấy?   您在做什麼？

▶ ăn cơm   吃（飯）

Tôi đang ăn cơm.   我在吃飯。

Chị đang đợi ai vậy?   妳正在等誰？

Tôi đang đợi anh Trần.   我在等陳先生。

▶ đợi   等

6

ở	在～

~ở 是前置詞，是「在～」的意思，表示場所或身分上所屬的地方。而 Chợ Rẫy 是胡志明市內的大醫院之一。

例 Tôi làm y tá ở bệnh viện Chợ Rẫy.
我在 Chợ Rẫy 醫院當護士。

▶ y tá   護士
bệnh viện   醫院

在越南當地也說得通的對話

 北音　 南音

B03_3.MP3　　N03_3.MP3

 詢問職業的問與答

Bạn làm (nghề) gì?　　您在做什麼？（您的職業是什麼？）

→ Tôi làm nghề dạy học.　　我在做教學的工作。

▸ dạy　教學

→ Tôi làm nghề giáo viên.　　我在做教師。

→ Tôi là sinh viên.　　我是大學生。

→ Tôi là thương gia.　　我是企業家。

 快來練習如何回答自己的職業

 職業　　▸ Tôi là _____.　　我是_____。

giáo viên
教師、老師

sinh viên
大學生
học sinh
學生

bác sĩ
醫生

giám đốc
老闆

nhân viên tiếp thị
業務

Nhân viên ngân hàng
銀行員

nhà báo
新聞記者

thông dịch viên
口譯員

luật sư
律師

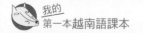

請仔細聽，並聽著讀讀看～

Bạn làm việc ở đâu?　您在哪裡工作？

→ Tôi làm bác sĩ ở bệnh viện Chợ Rẫy.

我在 Chợ Rẫy 醫院當醫生。

使用各種疑問詞的疑問句

Cái này là cái gì?　這是什麼？

Người này là ai?　這位是誰？

▸ như vậy　那樣，像那樣

Tại sao lại như vậy?　為什麼那樣？（有什麼事情？）

▸ như vậy　那樣，像那樣

Việc làm thế nào?　工作如何？

Anh làm việc ở đâu?　您在哪裡工作？

Anh đi đến đâu?　您到哪裡去？

Cái này là cái gì?

B04_1.MP3   N04_1.MP3

Mộng Phàm nhìn thấy áo dài cảm thấy rất hiếu kỳ.

Mộng Phàm

Cái này là cái gì?

Hồng Vân

Cái này là cái nón lá.

Mộng Phàm

Cái kia là cái gì?

Hồng Vân

Cái kia là cái áo dài của tôi.

Mộng Phàm

(Cái áo kia) đẹp quá, nhưng áo dài là cái gì?

Hồng Vân

Áo dài là trang phục truyền thống của Việt Nam.

本課教你詢問人、事、物時的問答及指示代名詞的活用。請仔細聽！

夢帆看到了國服（Áo dài），感到很好奇。

➡ 夢帆　　這是什麼？
　紅芸　　這是越南傳統斗笠。
　夢帆　　那是什麼？
　紅芸　　那是我的國服。
　夢帆　　（那件衣服）好美喔，不過國服又是什麼？
　紅芸　　國服是越南的傳統衣服（國服）。

單字 Từ mới

北音　南音
B04_2.MP3　N04_2.MP3

□ nhìn thấy	看到	□ quá	非常地⋯呀
□ cảm thấy	感覺、感到	□ nhưng	但是
□ hiếu kỳ	新奇	□ trang phục	服飾
□ cái này	這個	□ truyền thống	傳統
□ cái kia	那個	□ của	～的
□ (cái) nón lá	傳統竹笠		
□ áo dài	國服（越南傳統衣服）		
áo	上衣		
□ đẹp	美麗、漂亮、帥		

基礎文法解說

1 | cái này, cái ấy, cái kia   這個／（近的）那個／（遠的）那個

 cái này    cái ấy   cái kia

　　này, ấy, kia 是表示「這、（近的）那、（遠的）那」的指示代名詞。跟表示物品的 cái（物品、東西）一起使用的話，就形同了「這個、（近的）那個、（遠的）那個」的意思。

　　này 意思是「這」，cái này 的意思是「這個」，皆表示離說者近的事物。kia 意思是「那」，cái kia 意思是「那個」皆表示離說者和聽者都很遠的事物。

說明	指示形容詞	指示代名詞（單數）	指示代名詞（複數）
	這	這個	這些
離話者近的	này	cái này	những cái này
	那	那個	那些
離聽者近的	ấy 南 đó 北 đấy	cái ấy cái đó / đấy	những cái ấy những cái đó / đấy
	那	那個	那些
離聽、說雙方都很遠的	kia	cái kia	những cái kia
	哪	哪個	哪些
疑問代名詞	nào? đâu?	cái nào 哪邊、哪裡 đâu	những cái nào

Cái 意思是「物品、東西」，những 是表示複數的複數詞。
北 đấy / 南 đó, kia 則不論單複數都可以使用。

 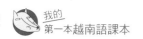

例 Đấy là anh Tom, người Mỹ. Còn kia là chị Marie, người Pháp.
那位是美國人湯姆先生，那位（更遠的）是法國人瑪麗
小姐。

Đó là cái gì? 那是什麼？

Đó là cái ghế. 那是椅子。 ▸ ghế 椅子

Đây là sách. 這是書。 ▸ sách 書

編註 越文的「這」比較複雜，前述的này只接在名詞後修飾。如果是接在動詞
前後，則爲需用「đây」，例如：「đây là…（這是…）」、「ở đây（在
這）」。

2　cái , con, tờ...　　　　　　　　　　　量詞

就好像中文有「個、隻、條、張……」等量詞一樣，
越文也有量詞的表現 cái , con , tờ 等都是計算名詞數量的
量詞。

cái　　cái 一般指的是物品的量詞。

cái ＋ 物品名詞

 bàn 書桌　　　 ghế 椅子

▸ cái bàn 一張書桌　　▸ cái ghế 一張椅子

但cái 只使用於離說者和聽者都很近的物品上。

con　　con 一般指的是生物的量詞。

con ＋ 生物名詞

 chó 狗　　　 mèo 貓

▸ con chó 一條狗
一隻狗　　▸ con mèo 一隻貓

▸ con mèo　一隻貓

但有例外的情況，例如：河／刀。

 sông 河

▸ con sông　一條河

 dao 刀子（例外）

▸ con dao　一把刀子

*「刀子」的量詞也可以用 cái。

tờ　這是數報紙等紙張名詞時的量詞。
相當於中文的「～張／份」。

 báo 報紙

▸ tờ báo　一份報紙

cuốn
quyển　這是表示書的特殊類別詞。
相當於中文的「～本」。

 sách 書　 **vở** 筆記本

▸ cuốn sách
▸ quyển sách　一本書

▸ cuốn vở
▸ quyển vở　一本筆記本

 tạp chí 雜誌

▸ cuốn tạp chí
▸ quyển tạp chí　一本雜誌

3 | **của** | **～的（所有格）**

　要表示所有格或所有代名詞「的」時，需在人稱代名詞或名詞前加上 của，即是「～的、～的東西」的意思。

例 của tôi　　　　我的　　　　　tay của ông　　　爺爺的手

cái áo của chị　姊姊的衣服　　cái này của ai　　誰的東西

當對象很明確，大家都知道話者正在說誰時，一般就會省略 của。

例 mẹ của anh = mẹ anh　　　　您的媽媽

4 形容詞的問答（修飾）法

　　跟中文一樣，形容詞直接修飾主詞。因此跟一般動詞句模式很像。但要格外注意的是，中文是形容詞擺在被修飾詞的前面，但越語是反過來將形容詞擺被修飾詞的後面。

形容詞句型的語順

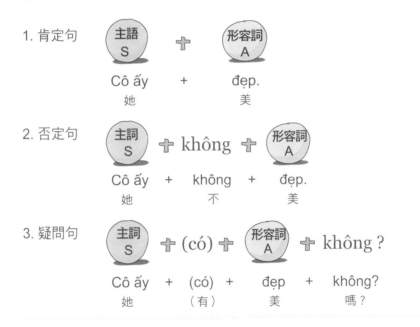

1. 肯定句　主語 S ➕ 形容詞 A

Cô ấy　+　đẹp.
她　　　　美

2. 否定句　主詞 S ➕ không ➕ 形容詞 A

Cô ấy　+　không　+　đẹp.
她　　　　不　　　　美

3. 疑問句　主詞 S ➕ (có) ➕ 形容詞 A ➕ không ?

Cô ấy　+　(có)　+　đẹp　+　không?
她　　　（有）　　美　　　嗎？

　　從下圖我們來了解形容詞的修飾概念。

這手機漂亮。
① 補語　Cái điện thoại ➕ này ➕ đẹp.
　　　　手機　　　+　這　+　漂亮

這漂亮的手機
② 修飾語　Cái điện thoại ➕ đẹp ➕ này.
　　　　手機　　　+　漂亮　+　這

①此時作補語，補足修飾已經被「這」修飾過的「手機」。
②此時單作修飾語用，直接修飾「手機」。

在越南當地**也說得通的對話**

 常用形容詞

北音 B04_3.MP3　南音 N04_3.MP3

北 to / 北 南 lớn
大
nhỏ / bé
小

nhiều
多
ít
少

dài
長
ngắn
短

gần
近
xa
遠

tốt
好
xấu
壞

cao
高
thấp
低

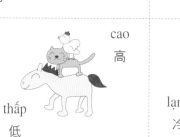

rộng
寬
chật
窄

nóng
熱
lạnh
冷

例 Tốt quá!　很好。

Cái phòng này rộng quá!　這房間很寬。　▸ phòng 房間

Cô ấy cao và đẹp.　她又高又美。　▸ và 而且

Đường đến trường rất xa.　去學校的路很遠。

▸ đường 路
▸ trường 學校

越南國服飾　Trang phục của Việt Nam

áo dài是什麼？

那是越南的傳統服裝。

我們學校的校服也是áo dài。

在以前，不分男女大家都會穿。但現在很多男生都不穿áo dài了。如今，áo dài已經變成女性的校服或工作服來穿。

這裡áo的意思是「上衣」，dài的意思是「長」。乍看之下，很像一件連身裙。其實，裡面是有褲子的。

這樣喔。

因此，傳統國服沒有成衣生產，全部都必須量身訂做。身體的20個地方都要量好。

一定要穿得很合身才是最美的！

很緊身！

不知道別人覺得好不好看。

但這也就是áo dài的魅力吧。

來，猜猜看！！圖中兩件衣服有何差別？

喔，只是顏色不同。我又不是色盲。

對，少女們都穿純白色的áo dài。阿姨年紀的女性才會穿有顏色的áo dài。

在越南南方的胡志明市有條同起 Đồng Khởi 路，那裡有很多做 áo dài 的專門店。北邊的河內也有，店家主要密集在 Điện Biên Phủ 路上。

Áo dài 表現了越南人的人生觀和獨立精神，也是越南固有的傳統服裝。即使到了現在，還是穿著率最高的服裝，同時穿著 áo dài 也是全越南人最自豪的表現！

B05_1.MP3　　N05_1.MP3

Mộng Phàm và Thu Hằng gặp nhau ở sảnh.

Mộng Phàm

Bây giờ là mấy giờ?

Thu Hằng

Bây giờ là 9 giờ.
Anh thường đi làm lúc mấy giờ?

Mộng Phàm

Lúc 6 giờ rưỡi sáng. Còn cô?

Thu Hằng

Tôi cũng vậy. Anh thường về nhà lúc mấy giờ?

Mộng Phàm

Lúc 4 giờ rưỡi hoặc 5 giờ?
Buổi tối cô thường làm gì?

Thu Hằng

Tôi thường đọc báo hoặc xem ti vi. Còn anh?

Mộng Phàm

Tôi thường đọc sách.

夢帆和秋姮在大廳相遇。

夢帆	現在幾點了？
秋姮	現在九點。
	你一般都幾點去上班？
夢帆	我都是早上六點半去。那妳呢？
秋姮	我也是一樣。那你幾點回家呢？
夢帆	我四點半或五點回家去。
	妳晚上一般都在做什麼呢？
秋姮	我晚上通常看報紙或看電視。你呢？
夢帆	我通常都在唸書。

 北音
 南音

B05_2.MP3   N05_2.MP3

單字 Từ mới

☐ nhau	相互	☐ nhà	家
☐ sảnh	大廳	về nhà	回家
☐ bây giờ	現在	☐ hoặc	～或～
☐ mấy	幾	☐ (buổi) tối	晚上
☐ giờ	點	☐ xem	看
☐ rưỡi	半	xem ti vi	看電視
☐ lúc	在（表示特定的時間點）	☐ đọc	閱讀
lúc 7 giờ	在七點	☐ báo	報紙
☐ thường	一般、通常	☐ sách	書
bình thường	一般、還好、普普通通		

基礎文法解說

1 | mấy giờ | 幾點

數字 **+** giờ　　數字 **+** phút　　～點～分

問時間的表達有兩種，①是 Mấy giờ rồi?（幾點了？）、②是 Bây giờ là mấy giờ?（現在幾點？）。

而回答時，可以說 ～giờ rồi（～點（了）），或是 Bây giờ là ~ giờ rồi（現在是～點了？）。

	現在	是	幾	點	了	意思
疑問			mấy	giờ	rồi？	幾點了？
	Bây giờ	(là)	mấy	giờ	rồi？	現在幾點了？
回答			hai	giờ	rồi.	兩點（了）。
	Bây giờ	(là)	hai	giờ	rồi.	現在兩點（了）。

表示時間的時候，數字要放在表示時間的 giờ（點）、phút（分）、giẩy（秒）等前面。

例 8點　　　8 giờ　　9點20分　　9 giờ 20 phút

9點45分（10點差15分）　　10 giờ kém15

越文有反過來用「還差幾分」的表達方式，這時在數字前面加上kém（不足），phút則要省略。

6點30分　　6 giờ rưỡi

30分可以用 30 phút 或 rưỡi 來表達。

時間 **thời gian**

（請按數字順序聽 MP3）

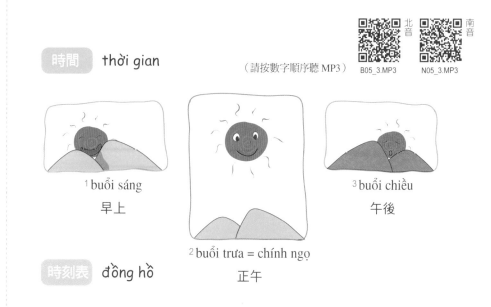

¹ buổi sáng
早上

² buổi trưa = chính ngọ
正午

³ buổi chiều
午後

時刻表 **đồng hồ**

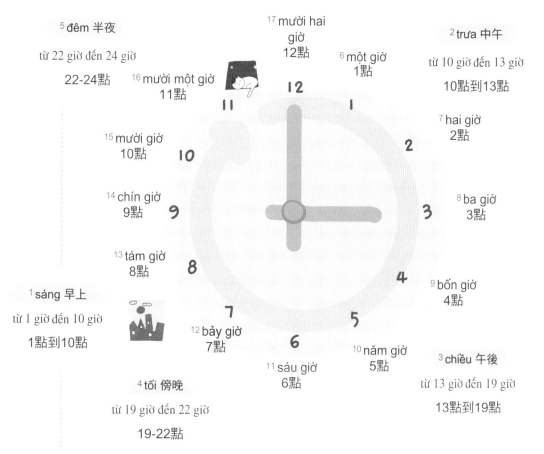

⁵ đêm 半夜
từ 22 giờ đến 24 giờ
22-24點

¹⁷ mười hai giờ
12點

² trưa 中午
từ 10 giờ đến 13 giờ
10點到13點

⁶ một giờ
1點

¹⁶ mười một giờ
11點

⁷ hai giờ
2點

¹⁵ mười giờ
10點

⁸ ba giờ
3點

¹⁴ chín giờ
9點

¹ sáng 早上
từ 1 giờ đến 10 giờ
1點到10點

⁹ bốn giờ
4點

¹³ tám giờ
8點

¹² bảy giờ
7點

¹¹ sáu giờ
6點

¹⁰ năm giờ
5點

³ chiều 午後
từ 13 giờ đến 19 giờ
13點到19點

⁴ tối 傍晚
từ 19 giờ đến 22 giờ
19-22點

2 | **thường** 一般、主要、通常

thường 是表示某個動作持續反覆的副詞，意思是「一般、通常」。大部分使用時位於動詞前面。

例 An thường đi học lúc mấy giờ? 阿安通常幾點去學校？
> ▸ đi học 去學校

An thường đi học 9 giờ sáng. 阿安通常早上九點去學校。
> ▸ sáng 早上

lúc 的意思是「（特定的時間點）在～」。當它位於句首時，一般都會省略。通常用於句尾。

例 Mỗi ngày tôi thức dậy lúc 7 giờ. 我每天七點起床。
> ▸ thức dậy 起床
> ▸ mỗi ngày 每天

3 | **A hoặc B** 做A或做B

hoặc 相當於中文的「或」，這個句型就是「A（怎樣怎樣）或 B（怎樣怎樣）」的意思。

例 Tôi thường xem tivi hoặc đọc sách vào mỗi buổi tối.
我每天晚上看電視或看書。

Tôi thường đi xem phim hoặc đi mua sắm vào cuối tuần.
我週末通常去看電影或購物。
> ▸ phim 電影
> ▸ mua sắm 購物
> ▸ cuối tuần 週末

編註　一個句子中的時間表現，必須放置在句尾。並且要在此例句中的時間詞前方接續「vào」，此時有「在…（什麼時間）」的意思；地點表現時，則在句子中的地點名詞前接續「tại」或是「ở」，此時則是「在…（什麼地點）」的意思。

4 基本動詞

在第2課我們已經學過動詞 là（是）的用法（請參考 P.54）。接下來我自趕快來複習一些基本動作行為的越語動詞。

主要的基本動詞

B05_4.MP3　N05_4.MP3

nói　說	nghe　聽
nói tiếng Anh　說英語	nghe rađiô nghe đài　聽廣播
đi　去	đến　來、到
đi Hà Nội　去河內	đến Việt Nam　來越南
xem　看	ăn　吃
xem tivi　看電視	ăn cơm　吃飯
ngủ　睡	dậy　起床
ngủ trưa　睡午覺	dậy sớm　早起
viết　寫	đọc　讀
viết luận văn　寫論文	đọc sách　讀書
ngồi　坐	đứng　站
ngồi lâu　久坐	đứng im　靜靜站著

在越南當地 也說得通的對話

 北音 南音

B05_5.MP3   N05_5.MP3

數數字

0	không	18	mười tám	
1	một	19	mười chín	
2	hai	20	hai mươi	

20以上mười的聲調會產生變化，
變成mươi。

3	ba
4	bốn
5	năm

21　hai mươi mốt

21, 31等從21以上開始的1由開始 một 變成
mốt。

6	sáu	22	hai mươi hai
7	bảy	25	hai mươi nhăm / lăm
8	tám	30	ba mươi
9	chín	31	ba mươi mốt
10	mười	40	bốn mươi
11	mười một	50	năm mươi
12	mười hai	60	sáu mươi
13	mười ba	70	bảy mươi
14	mười bốn	80	tám mươi
15	mười lăm	90	chín mươi

15的5由năm變成lăm，在北方25,
35等25以上的5變成nhăm（但不
常用）。

16	mười sáu	100	một trăm
17	mười bảy	1,000	một nghìn (ngàn)
		10,000	mười nghìn

在北部的發音中，唸到20以上的數字時，口語情況可省略掉十位數的「mươi」，
例如說：「hai hai(22),ba ba(33),bốn lăm(45)」（注意5還是要唸十位數變化後的 lăm）。

請仔細聽，並聽著讀讀看～

學習一天的時間

1 **Bây giờ là mấy giờ?**　現在幾點？

→ Bây giờ là 9 giờ 5 phút.　9點5分。

→ Bây giờ là 9 giờ 20 phút.　9點20分。

→ Bây giờ là 7 giờ 35 phút sáng.　早上7點35分。

→ Bây giờ là đúng 8 giờ tối.
Bây giờ là 8 giờ đúng.　晚上8點整。

2 Anh xuất phát lúc mấy giờ?
你幾點出發？

Anh đến lúc mấy giờ?
你幾點到達？

▸ xuất phát 出發
▸ đến 到達

Lớp học bắt đầu lúc mấy giờ?
幾點開始上課？

▸ lớp học 上課
▸ bắt đầu 開始
▸ kết thúc 結束

Lớp học kết thúc lúc mấy giờ?
幾點下課？

Hôm nay là ngày mấy?

B06_1.MP3   N06_1.MP3

Mai Nga

Bạn trai tôi ở Đài Loan sắp đến Việt Nam.

Mộng Phàm

Ồ, hay quá! Có chuyện gì vậy?

Mai Nga

Hôm nay là sinh nhật của tôi.

Mộng Phàm

Vậy à, chúc mừng sinh nhật Nga.

Mai Nga

Cám ơn anh. Tôi dự định sẽ làm tiệc sinh nhật vào thứ sáu. Anh có thể đến không?

Mộng Phàm

Dĩ nhiên rồi. Nhưng thứ sáu là ngày mấy?

Mai Nga

Ngày mồng 5 tháng 8.

Mộng Phàm

Vâng, cám ơn chị đã mời tôi.

來越南了。
事情嗎？

樂。
五的時候辦派對。

是？

 北音 B06_2.MP3
 南音 N06_2.MP3

c mừng	恭喜
	進入、（時間）在
sáu	週五
nh / dự định	打算～
	將～
thể	能
nhiên	（贊同別人時）那當然
ay	日
ong	（似陰曆式的前十日日期算法）初～
ong 5	初五
ang	月
	已～（過去）
ới	邀請

基礎文法解說

1 ～日、～月、～年

ngày + 數字　**tháng** + 數字　**năm** + 數字
～日　　　　　　～月　　　　　　～年

詢問日期的表達如下：

例 Hôm nay là ngày bao nhiêu?　　今天幾號？

Hôm nay là ngày mồng hai.　　今天2號（初二）。

mồng 是1日到10日的日期前面加的前置詞，類似中文算日子時的（初～）。

Tháng mấy?　　　　　　　　　幾月？
▸ mấy　幾（疑問詞）

可以用 mấy 代替 bao nhiêu。
bao nhiêu 使用於超過10以上的數字或量。
反之，mấy 使用於不足10以下（含10）的數字或量。當副詞時，意思是「多少」。

另外要問「幾個月」時，表達如下：

Mấy tháng　　　　　　　　　　幾個月？

詢問年份的表達如下：：

Năm bao nhiêu?　　　　　　　哪一年？
Năm nào?　　　　　　　　　　哪一年？（較口語）

Mấy năm　　　　　　　　　　幾年？
Bao nhiêu năm?　　　　　　　多少年？
▸ bao nhiêu　幾、多少（疑問詞）

B06_3.MP3　　N06_3.MP3

越南語	意思	越南語	意思
Hôm nay	今天	Hôm qua	昨天
Ngày mai	明天	Hôm kia	前天
Ngày kia	後天		

　　chủ nhật 的意思是「星期天」。「星期一、星期二、星期三、星期四、星期五、星期六」在越語中同時也是「第二、第三、第四、第五、第六、第七」的意思。

星期	星期天	星期一 （第二）	星期二 （第三）	星期三 （第四）	星期四 （第五）	星期五 （第六）	星期六 （第七）
越語	Chủ nhật	thứ Hai	thứ Ba	thứ Tư	thứ Năm	thứ Sáu	thứ Bảy

　　星期與序數詞大致上是吻合的，但其中注意星期天是 chủ nhật，不能按序數推想直接說 thứ một。chủ nhật 並沒有序數「第一」的意思，正確的「第一」為「thứ nhất」。此外星期三（含序數第四）也不是 thứ bốn，而是特別用法的 thứ tư。這兩點請格外注意。

例　Hôm nay là thứ mấy?　　　今天是星期幾？
　　Hôm nay là thứ Hai.　　　今天是星期一。

2 **sắp**   就將要～、正打算做～、就要～

1. 肯定句

　　sắp 的意思是「馬上做～、立刻～」，表示「比較近的未來」相當於英語的 be about to。我們現在來比較 sắp 與相當於英文 will 的 sẽ 之間的差異。

例　Anh ấy sắp đến.　　　　　　他將（快）要到了。
　　Tôi sắp đi làm.　　　　　　　他等一下就會去工作。

> 比較　sẽ　將做～　表示未來要發生的事情
>
> 例　Tháng sau, tôi sẽ về nước.　　我下個月回國。
> 　　Tôi sẽ đi làm.　　　　　　　　我將要去工作了。

2. 疑問句

　　當別人用了「sắp＋動詞＋chưa」的疑問句型詢問自己時，該如何回答呢？回覆的方式如下：

　　肯定句
　　　　　　　sắp　～ rồi

　　否定句
　　　　　　　Chưa　～ chưa

例　Anh ấy sắp đi làm chưa?　　他將要去工作了嗎？

　　Anh ấy sắp đi làm rồi.　　　他將要去工作了。

　　如果去工作的準備就緒，馬上要進行的話，使用表示完結的 rồi（了）。

　　Chưa, anh ấy chưa đi làm.　不（還沒），他還沒要去工作。

　　如果去工作的準備尚未就緒的話，使用否定意義的 chưa。

3 bao giờ 何時

　　這是有關時間點的疑問句，使用 bao giờ 時，請格外注意他擺放的位置。出現在句首時，bao giờ 是跟未來有關的疑問；出現在句尾的話，則是跟過去有關的疑問。

例 Bao giờ anh đi? 　　　　　　Ngày mai.
　　何時去呢？　　　　　　　　明天（要去）。

　　Anh đi bao giờ? 　　　　　　Hôm qua.
　　何時去？　　　　　　　　　昨天（已去）。

4 định / dự định 打算做～

▪ 肯定句

　　這是表示比較近的未來的計劃，包含說話者的意圖或規劃，即中文的「打算～」。

例 Tôi định sẽ đi Việt Nam. 　　　　　我打算去越南。

　　Tôi định sẽ đi du học ở Canada. 　　我打算去加拿大留學。

在越南當地**也說得通的對話**

 詢問星期的問與答

 北音   南音

B06_4.MP3　　N06_4.MP3

Hôm nay là Chủ nhật.
今天是星期天。

Hôm nay là thứ mấy?
今天是星期幾？

→ Hôm nay là

Chủ nhật	今天是星期天。
thứ Hai	星期一
thứ Ba	星期二
thứ Tư	星期三
thứ Năm	星期四
thứ Sáu	星期五
thứ Bảy	星期六

請仔細聽,並聽著讀讀看～

 詢問日期的問與答

| Bây giờ là tháng mấy?　現在是幾月?

月份　▶ Bây giờ là _____.　現在是_____。

1月	2月	3月	4月	5月	6月
tháng giêng / tháng một	tháng hai	tháng ba	tháng tư	tháng năm	tháng sáu

7月	8月	9月	10月	11月	12月
tháng bảy	tháng tám	tháng chín	tháng mười	tháng mười một	tháng mười hai

2 Hôm nay là ngày mấy tháng mấy?　今天是幾月幾號?

→ (Hôm nay là) ngày 15 tháng 8 năm 2006.

（今天是）2006年8月15日。

注意越文的日期表現跟中文不同,是(日/月/年)的順序。

(Hôm nay là) ngày 20 tháng 11 năm 2007.

（今天是）2007年11月20日。

(Hôm nay là) ngày 3 tháng 3 năm 2014.

（今天是）2014年3月3日。

越南的紀念日

越南雖然有很多紀念日，但是休假的日子卻不多。

公定休假日 Ngày nghỉ 只有陽曆過年1月1日、農曆過年三天、4月30日的解放日（統一日）、5月1日的勞動節、9月2日的國慶日這七天。

過年（農曆1月1日～3日）Ngày tết

公定休假日雖然只有三天，不過除了公家機關之外，私人的店家通常都會休息一週，甚至於休到一個月。因此，對於越南人來說，農曆一月等於休息一個月。過年之前的一些活動與台灣較為相似，要準備祭拜時要使用的食物，還要家中大掃除，添置新衣並將家裡除舊布新。

婦女節（3月8日）Ngày quốc tế phụ nữ

台灣的女性地位越來越高了。不過，越南女性比台灣女性更加參與社會上的活動。因此，在家庭中，越南女性扮演很重大的角色。

大部分越南女性除了做家事之外，也有上班或兼職，身兼職業婦女，擔任許多勞動體力的工作。因此在這一天，體恤女性平時的辛勞，讓她們休息一天，讓男性完全負責家務等勞動。

國家統一日
（南方解放日）（4月30日）
Ngày giải phóng miền Nam

西元1975年4月30日，越南驅逐了美國駐西貢的軍隊及其介入統治，成功獨立成一個自主的國家。

勞動日（5月1日）
Ngày quốc tế lao động
這天所有工作者都休息。

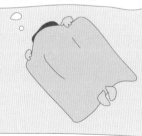

佛陀誕生日
（農曆4月15日）
Ngày lễ Phật Đản

佛陀誕生日這一天，信徒們都會去附近的寺廟拜拜。

兒童節（6月1日）Ngày Quốc tế thiếu nhi

有小孩的家庭會帶孩子去公園玩或是去劇場看表演。鄉下的鄉公所還會免費發糖果 Bánh kẹo 給小學生。但是，越南這一天只有小孩子休息。

鬼月（農曆7月15日）
Vu Lan

佛教的節日，越南人相信這一天死去的靈魂會回到家裡。在越南也有牛郎 Ngưu Lang 和織女 Chức Nữ 的故事。

在王宮裡工作的織女有一天因打破貴重茶杯而被趕出了天庭。因此，她跟所愛的牛郎一年只能見一次面，而且還必須渡過銀河 Ngân Hà 才行。這個時候，鳥兒們就會用樹枝搭成一座橋讓他們兩人相見。越南在這個時節也經常下雨。在傳說裡，這就是牛郎和織女的眼淚。

中秋（農曆8月15日）Tết Trung thu

家家戶戶都會買月餅 Bánh Trung thu 來跟家人一起吃。到了晚上，小孩子會提著名叫 Đèn lồng 的燈籠到處遊走。在中秋的傳統裡，越南人們還會跳一種很有趣的舞，叫做 Múa Lân。好幾個人一起戴著跟很像龍的大面具跳舞，後面則跟著肚子很大，戴著 Ông địa 地神面具的人。同時，還有名為 Tề Thiên 的一群人緊跟在後。他們會造訪家家戶戶表演跳舞，並取紅包。

≪ 越南歷史博物館 Bảo tàng lịch sử Việt Nam.

建國紀念日（9月2日）
Ngày Quốc khánh

「建國紀念日」與前頁介紹過的「國家統一日」並不相同，主要是西元1945年胡志明於北方河內巴亭廣場宣讀獨立宣言，宣告越南脫離上百年的殖民統治，並且成立越南民主共和國的日子。

越南婦女節（10月20日）
Ngày phụ nữ Việt Nam

這一天是越南固有的傳統婦女節日。

教師節（11月20日）Ngày nhà giáo

教師節的前一週，報紙和廣播就會報導許多教師節的相關活動資訊。在教師節當天，老師們會在家中接待來拜訪的學生們。也有很多人去造訪以前的恩師們。因此，有些恩師的家中一整天門庭若市，因學生們會絡繹不絕的登門拜訪。

國軍日（12月22日）
Ngày quân đội nhân dân

這一天是越南人民軍建軍的日子。

越南新年

太好了～要
過年了～

　　新年祭拜之前，首先要把環境整理乾淨。祭拜品是過年準備的東西裡是最重要的部分。祭拜之後，再貼上「恭喜新年」、「新年快樂」等字樣的對聯。最後，跟家人、親友們拜年，分享吉祥話。

Tiền li xi　红包

Chúc mừng năm mới.
新　年　快　樂！

Làm ăn phát tài.
生意興隆、恭禧發財！

　　從過年前2～3天前便可以拜訪朋友、恩師並拜年。這時可以說「新年快樂」或「生意興隆、恭禧發財！」。若是小孩子便可從大人那邊拿到紅包。

啊！
是這裡嗎？

不知道，
先按按看。
嗯～

客人1　　客人2

喔～真的很久不見～過得好嗎？
快進來吧。

喔～
太感謝了～

　　過年的時候，家家戶戶有一定準備盆栽花來增添過年的氣氛。北部通常準備紅色的桃花（Hoa Đào）、而南部則是習慣準備黃色的梅花（Hoa Mai）。

北部　　南部

我們來吃越式方棕 Bánh chưng 吧。若這個時候不吃,是要等到什麼時候呢?

好,首先把糯米洗好後,跟肉、蔥等作料一起攪拌。

都攪拌好之後,用尖苞冬葉 lá dong(類似生薑的葉片)或香蕉葉、椰子葉等包成四角型。

在鄉下,在過年前全村的人會一起熬夜包 Bánh chưng。

除了 Bánh chưng,其他祭拜品還有水果(椰子、香蕉等)以及牛肉、豬肉、雞肉等。

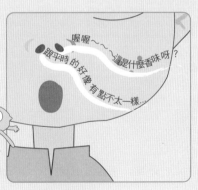

那當然!新年的食品作出來的香味當然與眾不同。

除舊佈新,除了穿新衣,也要上個新妝打扮打扮……

天呀,太太~~~太可怕了…

她,為何變成這樣?

你結婚了嗎？

Chị đã kết hôn chưa?

B07_1.MP3   N07_1.MP3

 Xin lỗi, anh đã kết hôn chưa?

Trang

 Tôi đã kết hôn rồi. Còn Trang?

Tuân

 Tôi còn độc thân.

Trang

 Bây giờ chị có người yêu chưa?

Tuân

 Dạ Chưa.
Gia đình anh có mấy người?

Trang

 Gia đình tôi có 5 người.
Bố ( Ba), mẹ (má), vợ, con gái
và tôi.

Tuân

 Con gái anh mấy tuổi?

Trang

 2 tuổi rồi.

Tuân

阿妝　不好意思，請問你結婚了嗎？
阿猪　是的，我已經結婚了。
　　　阿妝呢？（妳還沒有結婚嗎？）
阿妝　我還是單身。
阿猪　現在（目前）有男朋友（情人）了嗎？
阿妝　還沒有。你家有幾個人？
阿猪　我家一共有五個人。
　　　爸爸、媽媽、妻子和我之外，還有我一個女兒。
阿妝　你女兒幾歲了？
阿猪　已經兩歲了。

北音　B07_2.MP3　　南音　N07_2.MP3

單字 Từ mới

□ kết hôn	結婚
□ còn	還～
□ độc thân	單身
□ bây giờ	現在
□ người yêu	情人（泛指男、女朋友）
□ chưa	還沒…、（句尾）…了沒
□ gia đình	家族、家人

□ mấy người	幾名
□ 北 bố　南 ba	爸爸
□ 北 mẹ　南 má	媽媽
□ vợ	妻子、太太
chồng	丈夫
bà xã	老婆
ông xã	老公
□ con gái	女兒
□ mấy tuổi	幾歲

基礎文法解說

1 chưa   還沒…、（句尾）…了沒？

　　chưa 是「還沒…、（句尾）…了沒？」的意思。當它用於句首，即回覆別人「還沒（怎樣怎樣）」的開頭語；使用於句中接續動詞時，即指還沒有作下個動作；使用於句尾時，就是在問前面那個動作作了沒的意思。đã 是表示過去的時態詞。

例　Cô đã ăn cơm chưa?　　　　你已經用過餐了嗎？
　　Dạ, tôi đã ăn cơm rồi.　　　是的，已經我吃過了。
　　Chưa, tôi chưa ăn cơm.　　不，我還沒吃。

2 còn   還、依然

　　còn 的意思是「還、依然」，位於動詞句前面，當副詞用，表示某種狀態或動作還沒有結束，持續進行。

例　Anh ấy còn độc thân.　　　　他依然單身。

位於動詞句前面的副詞

vẫn　仍然、仍、依舊

例　Đêm khuya rồi nhưng nó vẫn học bài.
　　雖然已經很晚了，但他還在學習。
　　Dù trễ nhưng vẫn đến nhé!
　　即使很晚了，還請一定要過來。

cũng　也

例　Anh ấy là sinh viên. Tôi cũng là sinh viên.
　　他是大學生。我也是大學生。
　　Nếu anh sẽ đi, tôi cũng đi.
　　如果你有去，那我也要去。

đều   都

例 Tất cả đều là người Việt Nam.   全都是越南人。

Các em đều rất xinh.   她們都很可愛。

3 Có ~ không?   有～嗎？

Anh có bạn gái không? 你有女朋友嗎？

答案   肯定句
        ○   có~

Tôi có bạn gái.
我有女朋友。

        否定句
        không có~

Tôi không có bạn gái.
我沒有女朋友。

例 Anh ấy có xe hơi không?   他有車嗎？
                                    ▸ xe hơi 車

Tôi có máy vi tính.   他有電腦嗎？
                              ▸ máy vi tính 電腦

Tôi không có nhiều tiền.   我沒有多少錢。
                                  ▸ nhiều 多的
                                  ▸ tiền 錢

4 | mấy người? 　　　　　　　　　　幾名（人）

數字 **+** **người** ～名（人）

數人數的方法如下：

例 Một người 　　　　1名（人）　Hai người 　　　2名（人）

Mười người 　　　10名（人）

量詞	意思	量詞	意思
người ～	～名（人）	lần	～回、～次
tá ～	～打	mét ～	～公尺
con ～	～隻（生物）、條（河）、把（剪刀）	cái ～	～個（物品）
Việt Nam đồng ～	～盾（越南貨幣單位）	đô la Mỹ ～	～美金

例 Trong lớp học có 20 người. 　　　教室裡有20個人。

▶ lớp học　教室

20,30,40等個位數是0的時候，mươi 可以換成 chục。

Trong văn phòng có 10 nhân viên. 　辦公室裡有10名職員。

▶ văn phòng　辦公室
▶ nhân viên　職員

在越南當地**也說得通的對話**

 親朋好友的各種稱呼

北音 B07_3.MP3　　南音 N07_3.MP3

家庭 gia đình

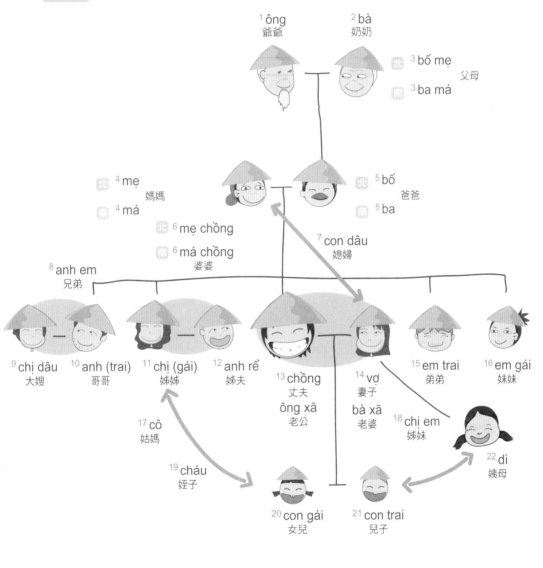

¹ ông 爺爺

² bà 奶奶

³ bố mẹ 父母
³ ba má

⁴ mẹ 媽媽
⁴ má

⁵ bố 爸爸
⁵ ba

⁶ mẹ chồng
⁶ má chồng 婆婆

⁷ con dâu 媳婦

⁸ anh em 兄弟

⁹ chị dâu 大嫂

¹⁰ anh (trai) 哥哥

¹¹ chị (gái) 姊姊

¹² anh rể 姊夫

¹³ chồng 丈夫 ông xã 老公

¹⁴ vợ 妻子 bà xã 老婆

¹⁵ em trai 弟弟

¹⁶ em gái 妹妹

¹⁷ cô 姑媽

¹⁸ chị em 姊妹

¹⁹ cháu 姪子

²⁰ con gái 女兒

²¹ con trai 兒子

²² dì 姨母

²³ họ hàng 親戚

²⁴ người yêu 情人

²⁵ bạn 朋友

²⁶ bạn bè 朋友

²⁷ đàn anh 前輩

²⁸ đàn em 後輩

請仔細聽，並聽著讀讀看～

 數人數

| Có tất cả mấy người? | 一共有幾（名）人？ |

→ Có 2 người.　　　　　有2名（人）。

→ Có 3 người.　　　　　有3名（人）。

→ Có 4 người.　　　　　有4名（人）。

→ Không.　　　　　　沒有人。

 詢問年齡

Mấy tuổi　　　用於問小孩年齡的時候
Bao nhiêu tuổi　用於問比自己年齡大的人的時候
　　　　　　　▶ 請參考 p84　讀數字。

Con trai của anh mấy tuổi?　　你兒子幾歲了？

→ 7 tuổi.　　　　　　　7歲了。

Chồng của chị bao nhiêu tuổi?　妳丈夫幾歲了？

→ 30 tuổi.　　　　　　30歲。

Mẹ (南 Má) anh bao nhiêu tuổi?　你媽媽幾歲了？

→ 53 tuổi.　　　　　　53歲。

生活禮節

很多人也許都不知道,越南是一個相當重視禮節的國家。

這人一定是沒教養才會這樣!!

如果在越南,哪有人這樣的!!

你這樣太超過了。

你還沒嫁出去呀!

禮節!隨便敷衍一下就好啦～

談話時要盡可能避開讓人不愉快的話題。

1 一定尊重老人家

這是適合老人生活的好地方。

老人家是被尊重的對象。因此,年輕人一定要先主動跟年長的人士打招呼。

此外,越南人們對於具有宗教象徵意義的事物及德高望重的政治人物玉照(遺容)亦格外的敬重。

2 經常互送禮物

去別人家拜訪或朋友生日的時候,最好準備好水果、花或花盆等小禮物。

還有,過年或參加婚禮時,禮數就更加不能少了。

在佛教中認為送禮是為了來世界積功德～因此,其實最後受益人是我。

我說妳呀～會不會太誇張了點?總之,謝謝了～禮物之後我再打開來看。

3 用水果和飲料招待

在越南，如果家中有客人來，一般都會用水果和飲料來招待。

比起知名的越南咖啡，一般人更喜歡用紅茶、果汁、清涼飲料等來招待。

4 大部分是佛教和基督教

在越南的宗教信仰中主要是以信仰佛教和基督教的人為最大宗。除此之外，亦還有很多其他宗教的信仰者在。而依客人所信仰的宗教不同拿出不同的飲料來招待，也是越南特有的一種待客之道。

世界上很多國家不是都喜歡拿點心出來招待客人嗎！？但這種模式在越南並不受青睞。因此，比起蛋糕或餅乾，越南人更是喜歡準備水果來招待訪客。

不守信、沒信用，這都是很失禮且難以忍受的事情呦！

還有，因為活動要準時開始，所以最好準時到達。

5 守信、守時，不可馬虎

受到對方邀請的話，一定要告知對方是否可不可以出席。且一旦允諾之後，更不可以無故未到。因為會被邀請用餐或參加活動的外國人都被越南人視之為重要的座上佳賓，所以千萬不能以台灣人的習慣草率對待，務必嚴守約定。

噹噹～

唉呀，不好意思～

為了對邀請的主人表示尊敬，一定要穿得端莊。不過，裝扮上點到即止就可以了。

6 南北的用餐禮節也有所不同

虽然準備的東西不多，請多吃一點！不吃的話，我會生氣。

飯局才剛開始，您太熱情了啦！

北部人不論是怎麼邀約，如果對方跟自己沒有什麼交集的話，都會盡量不出席。

南部人

北部人

即使很飽了，禮貌上還是一定要吃下去。

嗯，再來一碗！

怎麼…你不用回家吃晚餐嗎？

因為風俗認知上有差異，所以好像沒有互相請客的習慣。不過世風日新月異，如今也開始會彼此邀請和拜訪了。

南部人

北部人

在用餐的時候，總是要說些話吧？

太好吃了～

還有，在用餐的時候，客人最好馬上說出感謝之意。另外，主人招待的飲料最好是咖啡、水、紅茶等等。

餐費支付的部分，一般都是年長者來付。

不過，年輕人之間各付各的已經是一般化了。

邀請客人的時候，則是邀請的人要支付。

我來付。

有空閒時，妳最常做些什麼呢？
Khi rảnh, chị thường làm gì?

  北音 南音

B08_1.MP3   N08_1.MP3

Mộng Phàm

Chị Vân khi rảnh, chị thường làm gì?

Hồng Vân

Mình thường đi thăm bạn bè, đi chơi hoặc đi mua sắm.
Còn anh, anh thường làm gì?

Mộng Phàm

Sở thích của tôi là xem phim.
Vì thế, tôi thường đi xem phim.

Hồng Vân

Anh thích loại phim nào?

Mộng Phàm

Tôi rất thích phim hài.
Tôi không thích xem phim hành động.
Chị đã xem phim Đài Loan bao giờ chưa?

Hồng Vân

Tôi đã xem rồi. Phim Đài Loan rất hay.

我的
第一本越南語課本

夢帆　紅芸，當妳有空時，妳最常做些什麼呢？

紅芸　我通常去朋友家玩或是購物。

　　　那你呢？你都常做什麼呢？

夢帆　我的興趣是看電影。

　　　因此，我常常去看電影。

紅芸　你喜歡哪種類型的電影呢？

夢帆　我喜歡看搞笑的電影。

　　　動作（暴力）片就沒那麼喜歡了。

　　　妳看過台灣電影了嗎？

紅芸　我看過。台灣電影很有趣。

B08_2.MP3　　N08_2.MP3

單字 Từ mới

□ khi rảnh	空閒	□ mua sắm	買東西、購物
□ thường	一般、通常	□ vì thế	因此
□ thăm	訪問、見面	□ hài	可笑的、有趣的、搞笑的
□ bạn bè	朋友	□ xem phim	看電影
thăm bạn bè	拜訪朋友	□ hành động	動作、暴力
□ chơi	玩	□ sở thích	興趣
đi chơi	去玩	□ loại	種類
□ hoặc	或	□ hay	有趣的
		□ thú vị	有趣的

基礎文法解說

1 | ~hoặc 做～或做～

　　複習一下，hoặc 的是「做～或做～」的意思。接下來，我們馬來學一些主要的其他接續詞：

và　　和～、而且

例► Cô Sen có thể nói tiếng Trung và tiếng Anh.
蓮老師會說中文和英語。

Anh Đức có một con trai và một con gái.
阿德先生有一個兒子，還有一個女兒。

nhưng　不過

例► Cái áo này đẹp nhưng rất đắt.
這件上衣很好看。不過，很貴。

Trái táo này rẻ nhưng rất ngon.
這蘋果雖然很便宜，不過很好吃。

rồi　之後

例► Vân làm xong bài tập rồi đi ngủ.
阿雲作業都做完之後，就去睡了。

▶ bài tập　作業

Trang kết hôn với Tuân rồi sinh 2 đứa con gái.
阿妝和阿尊結婚之後，生了兩個女兒。

▶ sinh　生
▶ đứa　～名（個）

nên / cho nên / do vậy　因此、所以

例► Vì có bạn gái ở Đài Loan nên Hùng không muốn về Việt Nam.
因為在台灣交了女朋友，所以阿雄不想回去越南。

Vì trời mưa nên Huyền không muốn đi.
因為下雨，所以阿玄不想去了。

Hôm qua An cãi nhau với bạn gái cho nên hôm nay An rất buồn.
昨天阿安和女朋友吵架了。因為那樣，他今天很難過。

Mẹ Tú là người Campuchia, do vậy nét mặt Tú giống như người Campuchia.
因為阿秀的媽媽是柬埔寨人，所以阿秀的輪廓長相很像柬埔寨人。

▸ nét mặt　輪廓

| 2 | mình | 我（自己） |

人稱表示代名詞。主要指本人。又或指所談論的主體。

例 Mình rất ghét phim bạo lực.　我非常討厭暴力電影。

▸ ghét　討厭

Nó chỉ nghĩ đến mình.　　那傢伙只想到自已。
　　　　　　　　　　　　　（自私自利）

▸ nghĩ　想

Các anh ấy (Họ) không muốn nói về mình.
他們不想說有關他們自身的事情。

▸ muốn　希望、想～
▸ về　（前接談話、研究、討論等性質動詞時）有關～、關於～

| 3 | sở thích | 興趣 |

例 Sở thích của tôi là xem phim.
我的興趣是看電影。

Sở thích của An là chơi game.
阿安的興趣是玩遊戲。

▸ chơi game　玩遊戲

4 thích 喜歡～

thích ＋ 受詞 O 喜歡～

ghét ＋ 受詞 O 討厭～

例 Tuân thích phim hoạt hình.　　阿尊喜歡看卡通。
　　　　　　　　▸ phim hoạt hình　卡通

Trang thích chó và ghét mèo.
阿妝喜歡狗，討厭貓。

　　　　　　　　▸ chó　狗
　　　　　　　　▸ mèo　貓

北音 B08_3.MP3　　南音 N08_3.MP3

生肖

北 ³ hổ
南 cọp
老虎

⁴ mèo
貓

⁵ rồng
龍

² trâu
水牛

↕ 台灣

⁶ rắn
蛇

¹³ bò
牛
台灣

¹⁴ thỏ
兔子

⁷ ngựa
馬

¹ chuột
老鼠

⁸ dê
山羊

北 ¹² lợn
南 heo
豬

¹¹ chó
狗

¹⁰ gà
雞

⁹ khỉ
猴子

編註　一樣是十二生肖，過了海後就不盡相同了。雖然大部分的生肖概念是一樣的，但是在第二個生肖「牛」在越南人的概念裡是有彎角的「水牛」，而在台灣人的概念裡則是一般的「牛」；此外，第四個生肖，在越南人的概念裡是「貓」，不是「兔子」喔！這點也跟台灣的差很多喔！

5　Đã...bao giờ chưa?　　　　曾做過～嗎？

例 Anh đã đi Hà Nội bao giờ chưa?
你曾去過河內嗎？

Anh đã xem phim Việt Nam bao giờ chưa?
你曾看過越南電影嗎？

Anh đã gặp cô ấy bao giờ chưa?
你曾見過她嗎？

6　Rất　　　　　　　　　　　很、非常

例 Cô ấy rất đẹp.　　　　　她很美。

Anh ấy rất thích Hà Nội.　　他很喜歡河內。

Bây giờ tôi rất mệt.　　　　現在我很累。

▶ mệt　疲累

編註　　　在這裡補充一個台灣人用中文的角度思考越文時，常常會有對於「很～」有迷思。因為越文裡可以表達出「很～」語意的副詞有 rất, lắm, quá 三種，但它們語感上有什麼細微的分別呢？簡單的說，rất 偏向敘述程度很高的情況；lắm 偏向表達當下程度很高的一個感受；quá 則是發出程度很高一種驚嘆。下面舉例說明：

①Chậu hoa hồng này rất đẹp.　　這盆玫瑰很漂亮。
②Chậu hoa hồng này đẹp lắm.　　這盆玫瑰太漂亮了！
③Chậu hoa hồng này đẹp quá.　　這盆玫瑰好漂亮呀！！！

　　當說①rất đẹp 時，他的情況通常是正在跟人形容這盆花很漂亮；當說②đẹp lắm 時，他的情況通常可能已經看到了這盆花，嘖嘖稱是地表達自己當下到的感受；當說③đẹp quá 時，他的情況通常只要對於感受到的事情，發出程度很高的驚嘆！

在越南當地 也說得通的對話

 北音 南音

B08_4.MP3   N08_4.MP3

 談論興趣

Sở thích của anh (chị) là gì?　　你的興趣是什麼呢？

→ Sở thích của tôi là chơi thể thao.　我的興趣是運動。

→ Sở thích của tôi là đọc sách.　　我的興趣是閱讀。

→ Sở thích của tôi là chơi game.　我的興趣是打電動。

→ Sở thích của tôi là xem phim.　　我的興趣是看電影。

| 興趣 | ▶ Sở thích của tôi là _____. | 我的興趣是 _____。 |

	thể thao 運動	đọc sách 閱讀	 du lịch 旅行
nấu ăn 做飯	lái xe 開車	 đi dạo 散步
nghe nhạc 聽音樂	chụp ảnh 攝影	xem phim 看電影

請仔細聽，並聽著讀讀看～

練習說出說喜歡或討厭

Anh có thích <u>bóng đá</u> (南 đá banh) không? 你（妳）喜歡足球嗎？

→ Vâng, tôi thích.　　　　　　　　　　是，我喜歡。

→ Không, tôi không thích.　　　　　　　不，我不喜歡。

→ Tôi không thích lắm.　　　　　　　　我沒那麼喜歡。

要回答「還可以、馬馬虎虎」的時候，就說「Bình thường」。

運動　　　▸ Anh có thích ＿＿＿＿＿ không?　　你喜歡 ＿＿＿＿＿ 嗎？

北 bóng đá
南 đá banh
　 đá bóng
足球

bóng rổ
籃球

bơi
游泳

bóng bàn
乒乓球

quần vợt
網球

bowling
保齡球

北 bi-a
南 bida
撞球

đua ngựa
賽馬

熱帶水果

榴槤 sầu riêng

榴槤的越南語稱為 sầu riêng，在熱帶水果中算是很貴重的。榴槤跟西瓜一樣大，外殼很硬，佈滿尖尖的刺。內部是淡黃色的軟果肉和堅硬的種子。因為切開食用時味道相當濃郁，因此有的人很愛吃，但有些人很不喜歡。

紅毛丹 chôm chôm

每逢下雨時，就會特別想吃 chôm chôm。

chôm chôm 就是紅毛丹吧。

對！

紅毛丹本身酸酸甜甜的，很多女生都很喜歡。

但我覺得外貌還是很重要。

但外殼滿滿都是長長短短的毛。長得實在是不好看，對吧？

雖然不好看，可是很好吃。裡面都是白色透明的果肉。

只有外表是不行的，水果也要看內在！！

我很醜！！
可是我很可口！！

木瓜 đu đủ

在南方真的很常見。

A和C很豐富的水果。還不夠熟的木瓜則像蘿蔔一樣，果肉是淡淡的白色。在越南，常被當成蔬菜食用。

夠熟的木瓜外側就跟南瓜一樣表層很硬。不過，瓜果內側呈黃紅色，水分很多、口感很甜，也是維他命

維他命A C

　　木瓜在越南是只在南部才有生產的熱帶水果，但也是一整年在全國各地都看得到的水果。

　　南部的湄公河三角洲及鄰國柬埔寨的皆以貿易優質木瓜而聞名。

北音　南音

B09_1.MP3　　N09_1.MP3

Ngọc Đăng

Xin lỗi, chị làm ơn cho tôi hỏi.

Người đi đường
(NDD)

Dạ, anh hỏi gì?

Ngọc Đăng

Ở gần đây có bưu điện không ạ?

Người đi đường
(NDD)

Ở gần đây có bưu điện thành phố. Anh đi thẳng đường này. Đến ngã tư anh rẽ (南 quẹo) trái, bưu điện ở bên phải.

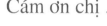

Ngọc Đăng

Từ đây đến đó xa không chị?

Người đi đường
(NDD)

Không xa lắm đâu. Đi bộ chỉ khoảng 10 phút thôi.

Ngọc Đăng

Cám ơn chị .

玉礎　　不好意思，我想請問一下。

路人　　好的，有什麼需要幫忙的嗎？

玉礎　　請問在這附近有郵局嗎？

路人　　這附近有中央郵局。你沿著這條路直走！
　　　　在十字路口往左轉，郵局就在右邊。

玉礎　　從這裡到那裡有多遠呢？

路人　　沒有很遠。走路大約只要10分鐘。

玉礎　　謝謝妳。

北音
南音

B09_2.MP3　N09_2.MP3

單字 Từ mới

làm ơn	是否能夠、麻煩、請	phải	右
【làm ơn+動詞　麻煩請…（動作）】的句型		xa	遠
hỏi	詢問、問	đến	到～
bưu điện thành phố	中央郵局	từ	從～
thẳng	直、一直線地	đó	那裡
ngã tư	十字路口	chỉ	只
trái	左	khoảng	約、大概
北 rẽ	轉彎	phút	分
南 quẹo	轉彎	đi bộ	走路

基礎文法解說

1 Hỏi gì　　　　　　　　　　　　有什麼需要幫忙的嗎？

　　hỏi gì 如果直譯的話，是「有什麼問題嗎？」的意思。但它也常聽到用於商店或服務中心櫃檯等地方，成為對顧客表達詢問是否需要幫忙的固定用語。還有跟其意思相類似的用語，「有什麼需要幫忙的嗎？」的表達如下：

例 Anh muốn giúp gì?　　　　　　你需要什麼幫忙嗎？
　　　　　　　　　　　　　　　　▸ giúp　幫忙

Tôi có thể giúp gì cho anh?
我可以幫你什麼嗎？

2 Ở gần đây　　　　　　　　　　　在附近

Ở gần đây　在附近

ⓘ gần 的意思是「近」，xa 的意思是「遠」。皆可以使用於句首或句尾。gần đây 有兩個意思，一個是「附近」、另一個是「最近」。

例 gần lắm　　　　　　　　　　非常近
　　　　　　　　　　　　　　▸ sống　住

Anh ấy sống ở gần đây.　　　　他住這附近。
　　　　　　　　　　　　▸ không... lắm (đâu)　並沒～

Không xa lắm đâu.　　　　　　並沒那樣遠。

❷ 問事物是否存在的表達如下：

Ở gần đây có ~ không?

（附近）
有～嗎？

例 Ở gần đây có ngân hàng không?　這附近有銀行嗎？
　　　　　　　　　　　　　　　　▸ ngân hàng 銀行

❸ 詢問場所或位置在哪的疑問表達，只要在句尾加上 ở đâu? 即可。

例 Phòng vệ sinh ở đâu?　　　洗手間在哪裡？

　　Đây là chỗ nào?　　　　　這裡是哪裡？

越南語	意思	越南語	意思
chỗ này	這裡	chỗ đó	那裡
chỗ kia	那裡	chỗ nào	哪裡

3

di　　　　　　　　　　　　　　　　　　　　吧！

　　di 擺在句尾時，意為溫柔的命令副詞，類似中文的
「吧！」

動詞 V ＋ di 　～吧

跟其類似，勸告對方的表達如下。

主詞 S ＋ (hãy) ＋ 動詞 V ＋ di 　請做～吧！

例 Nói đi! 　　　　　　　　　　說吧！
　　　　　　　　　　　　　　　　　　　　▸ nói　説

Anh đi về đi! 　　　　　　　你請回吧！

Chị hãy ngồi xuống đi! 　　妳請坐吧！
　　　　　　　　　　　　　　　　　　　　▸ ngồi　坐

否定命令句

(主詞 S) ╋ đừng ╋ 動詞 V 　請不要～

例 (Xin) anh đừng hút thuốc ở đây.
請不要在這裡抽菸。
　　　　　　　　　　　　　　　　▸ hút thuốc　抽菸

= cấm hút thuốc! 　　　　　禁止吸菸！

4 | phương hướng 　　　　　　　　方向

我們來認識一些簡單的位置和方向。

B09_3.MP3　　N09_3.MP3

位置、方向

⁶ bắc
北

⁴ tây
西

⁵ nam
南

³ đông
東

¹ bên trái
左邊

² bên phải
右邊

⁹ trên
上

⁷ trước
前

⁸ sau
後

¹¹ giữa
中間

¹² cạnh / bên cạnh
旁邊

¹⁰ dưới
下

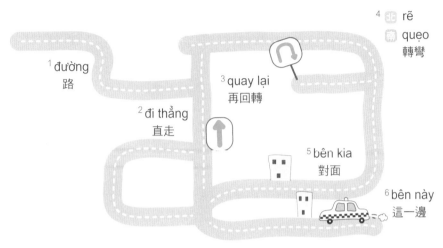

⁴ rẽ
quẹo
轉彎

¹ đường
路

³ quay lại
再回轉

² đi thẳng
直走

⁵ bên kia
對面

⁶ bên này
這一邊

越南的行車方向是靠右行駛的喔。

5 từ~ đến~   從～到～

① từ~ đến ~意思是「從～到～」。這是表示距離或時間的開始或結束的表達。bao 是「多少」的意思，這裡是距離的表達。

Từ đây đến đó bao xa?
從   到

從這裡到那裡有多遠？

② 另外有一個詞 bao lâu 是「多久」之意，這裡是時間或期間等範圍的表達。

例 Chị sẽ ở Đà Lạt bao lâu?   Một tuần.
妳在大勒預計住多久？   住一週。

Anh đã học tiếng Việt bao lâu?   Sáu tháng.
你學越南語多久了？   六個月了。

Cô ở Việt Nam bao lâu rồi?   Một năm rồi.
妳在越南多久了？   一年了。

| 6 | đi bộ | 走路去 |

đi bộ  走路去

例 **Đi bằng xe xích lô.**
搭人力三輪車去

Đi bằng xe ôm.
搭計程機車去

 北音 南音

B09_4.MP3   N09_4.MP3

主要交通工具

	xe buýt 公車		tắc xi 計程車
	xích lô 人力三輪車		tàu 火車
	máy bay 飛機		
	xe máy 摩托車		xe đạp 腳踏車

7   phút   ~分

數字 ✚ phút   ~分

有關時間的表達，請參考p80。這裡主要更詳細來了解「分」。分是 phút，主要的表現形式是「數詞+phút」。

分	越南語	注意
10分	mười phút	
20分	hai mươi phút hai chục	20以上的數字中 mười 聲調會產生變化，變成 mươi。
15分	mười lăm phút	15以上的25，35等中的 5，năm會變成 lăm。在北部發音中25以上的5會發 nhăm。（但不常用）
30分	ba mươi phút = rưỡi 半	

在越南當地 **也說得通的對話**

北音 南音

B09_5.MP3   N09_5.MP3

 問路表現

Tôi muốn đi thư viện. Phiền chị chỉ đường giúp tôi!
我想去圖書館。麻煩妳告訴我路怎麼走！

▸ thư viện　圖書館

Xin chỉ đường cho tôi đến ngân hàng!
請告訴我去銀行的路！

▸ ngân hàng　銀行

Xin chỉ đường cho tôi đến ga Sài Gòn!
請告訴我去西貢站的路！

▸ ga　站
▸ chỉ　告訴（指）

Xin chỉ đường cho cháu đến tiệm sách!
請告訴我去書店的路！

請仔細聽，並聽著讀讀看～

 詢問（時間）要多久？

Đi từ đây đến đó bằng xe buýt thì mất bao lâu?
從這裡坐到那裡搭公車的話，車程上要花多久時間？

Đi bộ từ đây tới đó thì mất bao lâu?
從這裡到那裡，走路的話，要花多久時間呢？

▸ mất　花～時間
▸ tới　到

Đi từ đây đến đó bằng xe đạp thì mất bao lâu?
從這裡到那裡，騎腳踏車的話，要花多久時間呢？

▸ bằng　用～（方式）

Đi taxi từ đây đến đó mất bao lâu?
從這裡到那裡，搭計程車的話，要花多久時間呢？

計程車也可以直接用 taxi 的發音來唸。

Từ đây đến đó, đi tàu thì mất bao lâu?
從這裡到那裡，搭火車的話，要花多久時間呢？

在越南幾乎沒有大型百貨公司或是比較現代的購物中心。不過，卻有很多大規模的傳統市場或是相當有特色的小商店。因此，可以用很便宜的價格買到很多越南傳統的民族服飾或是宗教性質的木製手工藝品。

平盛郡 Quận Bình Thạnh

平盛郡的特色地點是濱城市場（chợ Bến Thành），它是越南最大的傳統綜合市場，在這裡的商品相當豐富多樣，可以說任何東西都買得到。加上有很多外國人也會來這裡購買，商品的品質整體來說也比較好。週圍的停車場空間也較寬敞，所以這裡總是相當熱鬧。市場內部有各種類型的商店，如農產品、海產、水果、肉類、五金、餐具、衣服、布料、花店、油炸食品等。在這融合了濃郁的咖啡香、各種熱帶水果的香味、還有海產的腥味的人山人海中，是一個體驗越南實際生活的最佳地方。

安東市場 Chợ An Đông

Chợ An Đông 這裡是百貨公司式的購物中心。因為是近年來的新建築，所以能看到在越南算罕見的自動手扶梯。由於這裡是批發市場，市內很多商品店家都會來這裡購買木製手工藝品。大體上來說，在這裡可以買到比市內的商店更便宜的商品。

一樓有賣魚乾的店家和郵局，二樓則有銀樓和服飾店。如果在銀行沒換到錢的人，也可以來這裡的銀樓換錢。（西元 2013 年 12 月資訊）

陶瓷 Gốm Sứ

特有風格的陶瓷也是越南最有人氣的商品之一。大部分的陶瓷品都是從燒煤的窯內烤製出來。最近的陶瓷在色彩和模樣都越來越華麗。特別是越南式的青花白瓷（Gốm sứ Thanh Hoa）更是特別受到青睞。

油漆品 Sản phẩm tranh sơn

去禮品專賣店的時候，最常看到的商品就是油漆品。從小東西到大型商品，各種禮物用或紀念品應有盡有。如小花瓶、盤子、小型收納盒、菸盒等。

風景明信片 Cạc phong cảnh

　　尺寸與聖誕節卡片大小一樣，印有越南傳統風景照的卡片也是送禮或帶回家作紀念最佳選擇。在禮品專賣店、書店，以及有名觀光地的攤販上都可以買得到。

木製手工藝品和特產品
Đồ gỗ thủ công mỹ nghệ

　　到市場等地便可以看到很多手作的餐桌布或雕刻精巧的木製商品。在自由路（Đồng khởi）周圍就聚集了很多這種店家，還有越南傳統服飾店、骨董店、美術畫廊等。此外，阮惠街（Nguyễn huệ）的周圍也有很多工藝品店。

越南的咖啡、茶
Trà và cà phê của Việt Nam.

　　原豆咖啡的產地主要分布在中部的保祿（Bảo Lộc）和邦美蜀（Buôn Ma Thuột）出產。咖啡是越南人生活上不可或缺，享受人生的必備飲品。走在越南的大街上，通常走不到三、五步就可以看到擺幾張桌子正在賣冷咖啡的攤商們。

Sài Gòn Super Bowl

　　這幢建築是近年來才開幕的現代式購物中心。外觀由鮮豔的黃色和藍色構成，因此相當顯眼。
　　內部設施除了電子商品、服飾、雜貨等，還有美食街和電玩遊樂世界等可以好好放鬆玩樂的地方。因此每到夜晚，就會出現很多人到這裡來消磨時間。

Anh nói được tiếng Việt không?

B10_1.MP3   N10_1.MP3

Trang

Xin lỗi, anh nói được tiếng Việt không?

Mộng Phàm

Được.

Trang

Thế, anh đã học tiếng Việt mấy năm?

Mộng Phàm

Tôi đã học tiếng Việt 2 năm.

Trang

Anh nói tiếng Việt giỏi quá.

Mộng Phàm

Cảm ơn, tôi sẽ cố gắng nhiều hơn.

Trang

Anh đến Việt Nam để làm gì?

Mộng Phàm

Tôi đến Việt Nam để học về văn hóa Việt Nam.

阿妝　不好意思，你會說越南語嗎？

夢帆　會，我會說。

阿妝　那麼，你學越南語已經幾年了？

夢帆　我已經學習兩年了。

阿妝　你越南語說得真好。

夢帆　謝謝誇獎。我會更努力學的。

阿妝　不過，你為什麼來越南呢？

夢帆　我是來學習越南文化的。

北音　南音

B10_2.MP3　N10_2.MP3

單字 Từ mới

□ nói	說	□ sẽ	將～
□ tiếng Việt	越南語	□ cố gắng nhiều hơn	更努力
□ được	可以～	□ để	為了
□ thế	那、那麼	□ đến	到～、來
□ đã	已經～	□ văn hóa	文化
□ năm	～年		
□ giỏi quá	很棒、非常好		

基礎文法解說

1 được 能、可以～

được 是「能、可以～」的意思，相當於英語的 can，是表示能力、可能的動詞。要注意 được 的所在位置如下：

❶ 動詞後面（即有前述動作能力）

❷ 置於動詞前方時，表示得到他人施以後述的動作

表示得到確實的效果或成就

1. Em được cô khen. 我得到女老師的誇獎。

2. Em được khen. 我得到誇獎。

Được 的語順

1. 肯定句

Tôi nói tiếng Anh được.　　我會說英語。

Tôi nói được tiếng Anh.　　我會說英語。

2. 否定句　không ➕ 動詞 V ➕ được

Tôi không nói tiếng Anh được.　我不會說英語。

3. 疑問句  ➕ được không?

Cô <u>nói</u> tiếng Anh <u>được</u> không?
妳會說英語嗎？

4. 回答句　肯定　→ Dạ, được.　　　　　是的，我會說。

　　　　　　否定　→ Dạ, không được.　　　不，我不會說。

📖 Tôi nói được tiếng Việt.　　　　我會說越南語。

　　Tôi không nói được tiếng Việt.　我不會說越南語。

　　Tôi nói tiếng Trung Quốc được.　我會說中文。

比較 có thể：（意思雖然與 được 相同，但使用時放在動詞的前面。）

📖 Tôi <u>có thể nói</u> tiếng Việt.
＝ Tôi nói được tiếng Việt.　　　我會說越南語。

　　Tôi <u>không thể nói</u> tiếng Việt.
＝ Tôi không nói được tiếng Việt.　我不會說越南語。

2 | tiếng 語（言）

tiếng + 國家名   ～語

國家名（兩字以上時），每個字的第一個字母要大寫。

 北音　 南音

B10_3.MP3　　N10_3.MP3

越南語	中文	越南語	中文
tiếng Việt	越語	tiếng Trung Quốc	中文
tiếng Đài Loan	台語	tiếng Khách Gia	客語（客家話）
tiếng Quảng Đông	粵語（廣東話）	tiếng Thái Lan	泰語
tiếng Indonesia	印尼語	tiếng Nga	俄語
tiếng Pháp	法語	tiếng Tây Ban Nha	西班牙語
tiếng Đức	德語	tiếng Ý	義大利語
tiếng Nhật	日語	tiếng Hàn Quốc	韓語

3 | đã 已經

　　越南語的動詞跟中文一樣，本身不會變化。表示時態時，分別將 đã（已經～）跟 sẽ（將～）放在動詞前面即可。

過去　　 主詞 S ＋ đã ＋ 動詞 V

跟中文一樣，若句中已經出現表示時間的單字時，可省略 đã。

例 Cô Mai đã học tiếng Anh 2 năm.
阿玫學習英語兩年了。

Hôm qua tôi đi thư viện.
我昨天去了圖書館。

▸ hôm qua　昨天
▸ thư viện　圖書館

4　mấy bao nhiêu　　　　　　　　幾、多少

❶ 這是問數字或量的疑問代名詞。mấy 使用於小於10的數或量，一般放於名詞前面。相對地，大於10的數或量的話，則使用 bao nhiêu。問「年」或「日」的時候，使用 bao nhiêu；問「月」的時候，則使用 mấy。

越南語	意思	越南語	意思
bao nhiêu năm	幾年	tháng mấy	幾月
bao nhiêu ngày	幾日	tuần mấy	幾週

例 Chị đã học tiếng Anh mấy năm rồi?
妳學習英語幾年了？

　→ Ba năm.　　　　　　　　三年了。

還有，mấy 也可以用於住家地址、電話號碼、時間等詢問方面。

例 Nhà anh ở quận mấy?　　→ Quận 3.
你家在第幾郡？　　　　　　在第3郡。

編註　「Quận 郡」為越南當地劃分地區的行政單位，類似台灣的「區」。

② 問他人的年齡時　　1）大人　　用 bao nhiêu
　　　　　　　　　　2）小孩　　用 mấy

例 Ông bao nhiêu tuổi?　　　　爺爺幾歲（貴庚）了？

　　Cháu mấy tuổi?　　　　　　你兒子幾歲了？

③ 問商品價格時使用 bao nhiêu。

例 Cái kia bao nhiêu tiền?　　　那個多少錢？

| 5 | để | 為了～ |

　　để 的意思繁多，這裡我們先了解當它放置在動詞前，就等於是「為了」做後面的動作的意思。一般可以搭配 đến（到）跟 đi（去）的移動性動詞來組合成「tôi đến～để ～（我到…是為了）」的慣用句子。

主詞 S ＋ 到 đến 去 ＋ 場所 ＋ để 是（為了）＋ 動詞 V 為了（做）～

例 Anh đến Việt Nam để làm gì?
你到越南來做什麼？（你到越南來是為了什麼？）

→ Tôi đến Việt Nam để làm việc.
我到越南來工作。（我來越南是為了工作。）

▸ làm việc　工作

An đi Việt Nam để gặp bạn gái.
阿安去越南是為了見女朋友。

▸ gặp　見面
▸ bạn gái　女朋友

 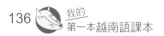

Số từ 數字　越南語的讀法如下以及需注意的部分。

0	không	1	một	5	năm
10	mười	11	mười một	15	mười lăm
20	hai mươi =hai chục	21	hai mươi mốt	25	hai mươi lăm

100	một trăm	
108	một trăm lẻ tám	當個位數是0的時候，要加上lẻ／linh。
150	một trăm năm mươi một trăm rưỡi	請注意聲調
1,000	nghìn	兩個都可以　　　北 nghìn 南 ngàn
2,500	hai ngàn năm trăm hai ngàn rưỡi	請注意聲調
10,000	mười nghìn	10個1,000聚在一起，就是10,000。

「0」的讀法

房號	205	北 hai linh năm　　南 hai lẻ năm
家地址	205	北 hai trăm linh năm / hai linh năm 南 hai trăm lẻ năm / hai lẻ năm
電話號碼	8225009	tám-hai-hai-năm-không-không-chín
量	1005	một nghìn không trăm linh năm

 詢問時間點（什麼時候）

 北音
 南音

B10_4.MP3　　N10_4.MP3

Chị đến Việt Nam khi nào?
妳什麼時候來越南？

Tôi đến ngày hôm qua.
我昨天來的。

Anh đến Việt Nam khi nào?　　　　你什麼時候來越南？

→ Tôi đến Việt Nam từ năm ngoái.　　我去年就來了。

→ Tôi đến Việt Nam từ hai năm trước.　　我兩年前就來了。

→ Tôi đến Việt Nam từ ba tuần trước.　　我三週前就來了。

請仔細聽，並聽著讀讀看～

 詢問原因（為什麼）

Anh（Chị）đến Việt Nam để làm gì?
我為什麼來越南？（你來越南要做什麼？）

→ Tôi đến Việt Nam để du lịch.　　　我來越南觀光（旅行）。

→ Tôi đến Việt Nam để công tác.　　　我來越南出差。

→ Tôi đến Việt Nam để làm việc.　　　我來越南工作。

→ Tôi đến Việt Nam để _____.　　　我來越南_____。

mua đồ
購物

chơi
玩樂

thăm bạn bè
見朋友

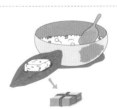
ăn cơm
用餐

Alô, tôi nghe đây!

  北音
  南音

B11_1.MP3   N11_1.MP3

Mẹ của Trang

Alô!

Mộng Phàm

Alô, Xin cho tôi nói chuyện với Trang.

Mẹ của Trang

Xin đợi một chút.

Trang

Alô, Trang đây.

Mộng Phàm

Trang phải không?

Trang

Xin lỗi, ai đó?

Mộng Phàm

Tôi là Mộng Phàm.

Trang

À, chào Mộng Phàm. Mộng Phàm khỏe không?

Mộng Phàm

Tôi bình thường. Ngày mai tôi muốn gặp Trang.

Ngày mai à? Ngày mai tôi có thời gian.

Trang

Vậy ngày mai tôi sẽ đến gặp Trang.

Mộng Phàm

Vâng, ngày mai gặp lại nhé!

Trang

阿妝的媽媽	喂！
夢帆	喂！可以請阿妝聽電話嗎？（請問阿妝在嗎？）
阿妝的媽媽	請等一下。

阿妝	喂，我是阿妝。
夢帆	是阿妝嗎？
阿妝	不好意思，你是哪位？
夢帆	我是夢帆。
阿妝	啊！你好，最近（健康）好嗎？
夢帆	馬馬虎虎啦！
	明天我想見妳。（明天方便見個面嗎？）
阿妝	明天嗎？明天的話，我有空，沒問題。
夢帆	那麼，我明天去見妳。
阿妝	好的，我知道了。明天見。

 北音
 南音

B11_2.MP3   N11_2.MP3

單字 Từ mới

□ Alô	喂！（用於接電話時）	□ bình thường	一般、還可以、馬馬虎虎
□ cho	使～、讓～	□ ngày mai	明天
□ nói chuyện	說話	□ à	啊！（感嘆詞）
□ với	和～、跟～	□ muốn	想～、希望～
□ đợi	等	□ thời gian	時間
□ một chút	一會兒、一下子	□ vậy	那麼
□ ai	誰	□ lại	又、再次
□ đó	（質問語氣詞）～呀？	□ nhé	（表示微微徵求對方同意的勸誘語尾助詞）～呦
□ khỏe	健康		

基礎文法解說

1 | Alô | 喂

打電話或接電話時開頭的第一聲發語詞，這是從法語中演變而來的外來語。

打電話的時候　Alô, Thanh Hải xin nghe.　　喂。我是清海。

接電話的時候　Alô, tôi đây. (= tôi nghe đây)　喂。是我。
　　　　　　　　　　　　　　　　　　　　　（我在聽了）

đây 表示短時間內說話者所表現出來的行為。
đây 的意思是「這邊」。

2 | Xin lỗi | 失禮了、不好意思

Xin lỗi 在前面已經學習過了，意思是「失禮了、不好意思」，可用於準備要跟對方搭話（引起對方注意）時。也可以用於向對方表示某種請託或表示感謝辛勞時。

例→ Xin lỗi, tôi muốn gặp phóng viên Hải Triều.
不好意思，我想見新聞記者海潮。
▸ phóng viên　新聞記者

Xin lỗi, cho tôi dùng internet một chút.
不好意思，我可以用一下網路嗎？
▸ dùng　使用
internet　網路

接著，我們來更深入了解一下 Xin 的用法。

Xin 是動詞，表示說話者對對方表示尊重，也有表示「請託、請求、冀望、勸告」的意思。當作敬語動詞來使用時，Xin 要置於動詞前面。

例 Xin bảo tôi biết.
請讓我知道。

‣ bảo　報知

Tôi xin nghỉ học hôm nay.
我今天（向老師）請假。

‣ nghỉ học　學校休假

編註　nghỉ học 在某些情況下也能解釋成「蹺課」。「蹺課」的越文是「trốn học」，當學生在形容自己蹺課時會說這個用語。但如果老師在質問學生為什麼蹺課沒來時（例如：Hôm nay sao em nghỉ học vậy? 為什麼你今天沒來上課？）這個時候在老師的質問句中 nghỉ học 就已經具有「蹺課」的意思了。

3　cho　　　　　　　　　　　　　　（使役動詞）使～、讓～

cho ＋ 人 ＋ 動詞 V

使役表現大體上有「使～、讓～、給～」或「准許」之意。意指讓（或准許）cho 後面的主體做後面的動作。

例 Cho tôi nói chuyện với chị Phượng.
讓我跟阿鳳姊說話！

Cho tôi đi với.　　　　　　　　讓我一起去。

4 | đấy à   你是～嗎？

❶ 講電話的時候，đấy 等於是「那邊、你」的意思，指的是接電話的人。反之，接電話的本人要跟對方說的時候，會說 đây（這邊、我）。

❷ à 位於疑問詞的後面，用於強調疑問的意思。

例 Alô, Hằng đấy à?   喂，（你是）阿姮嗎？

Trời ơi, Huyền đấy à, lâu lắm rồi mới gặp lại!
天呀！你是阿玄嗎？好久不見耶！

5 | nhé   ～呦

放於句尾，表示對全句提出輕微的忠告或提醒。因此，常常用於關係較親密的同輩或晚輩之間。

例 Lát nữa anh gọi lại nhé!   請你稍後再打過來！
                                          ▸ lát nữa   等一下

Lát nữa anh đến nhé!   請你等一下再過來！

6 | ngày mai   明天

ngày mai 的意思是「明天」。這個在前面已經學過了，在這裡更詳細地學習跟時間有關的表達。

ngày tháng năm 年月日					
日	前天	昨天	今天	明天	後天
	hôm kia	hôm qua	hôm nay	ngày mai	ngày kia
週	上上週	上週	本週	下週	下下週
	tuần trước nữa	tuần trước	tuần này	tuần sau / tuần tới	tuần sau nữa
月	上上個月	上個月	這個月	下個月	下下個月
	tháng trước nữa	tháng trước	tháng này	tháng sau / tháng tới	tháng sau nữa
年	前年	去年	今年	明年	後年
	năm kia	năm ngoái	năm nay	năm sau / sang năm / năm tới	năm sau nữa

7 muốn　　　　　　　　　　　　　　　　　想～

主詞 S ＋ muốn ＋ 動詞 V　　想做～

　　muốn 使用於動詞前面，意思是「想～」。這是表示希望的表達。

例 Tôi muốn đi nhà vệ sinh.　　　　我想去廁所。
　　　　　　　　　　　　　　　　▸ nhà vệ sinh 廁所

　　Tôi muốn đi du lịch Châu Âu.　　我想去歐洲旅行。
　　　　　　　　　　　　　　　　Châu Âu 歐洲
　　　　　　　　　　　　　　cf. Châu Á 亞洲

在越南當地**也說得通的對話**

 講電話時使用的表達

① 在電話中找對方的時候

Alô, có cô Thu Hằng ở đó không?
喂！請問那裡有一位秋姮老師嗎？

Alô, xin chuyển máy cho cô Thu Hằng!
喂！請幫我轉給秋姮老師！

　　　　　　　　　　　　　　▸ chuyển　換、轉

Alô, tôi muốn nói chuyện với cô Thu Hằng!
喂！我想和秋姮老師說話！

　　　　　　　　　　　　　　▸ chuyện　話、話題、故事

 ② 叫別人聽電話或沒有人的時候

 Cô Thu Hằng đang nghe điện thoại.
秋姮老師正在電話中。

Cô Thu Hằng đi ra ngoài rồi.
秋姮老師目前外出不在。

　　　　　　　▸ ra ngoài　外出

 Cô Thu Hằng không có ở đây.
秋姮老師不在這裡。

Anh gọi nhầm số rồi.
你打錯電話號碼了。

　　　　　　　　　▸ gọi nhầm　打錯

請仔細聽，並聽著讀讀看～

其他

Không nghe rõ. Xin nói <u>to</u> (圖 lớn) một chút.

聽不太清楚。請大聲一點。

Tôi sẽ gọi điện lại sau. 我下回再打給您。

▸ rõ 清楚、明白、完全地
北 to 大的
北南 lớn 大的
hơn 更

▸ gọi điện 打電話
lại sau 下回

Cô Thu Hằng có điện thoại! 秋姮老師，電話響了！

▸ có điện thoại 有電話
電話響了

Xin lỗi, tôi gọi nhầm số. 不好意思，我打錯了。

▸ nhầm 錯誤，不對
= lầm

越南 ↔ 台灣 電話撥打

台灣打到越南

台灣國際冠碼	越南國碼	當地區碼	電話號碼
002	84	（0）4（河內市） （0）8（胡志明市）	XXXXXXXX

越南打到台灣

越南國際冠碼	台灣	當地區碼	電話號碼
00	886	（0）2（台北市）	XXXXXXXX

這個多少錢？

Cái này bao nhiêu tiền?

  北音 南音

B12_1.MP3   N12_1.MP3

 Chị muốn mua gì ạ?

Người bán hàng
(NBH)

 Xin lỗi, cho tôi xem cái áo kia.

Thu Thủy

 Vâng, mời chị mặc thử.

Người bán hàng
(NBH)

 Ồ, chật quá. Có cái nào lớn hơn không anh?

Thu Thủy

 Vâng, có. Có màu khác nữa.

Người bán hàng
(NBH)

 Bao nhiêu tiền một cái?

Thu Thủy

 100 nghìn (南 ngàn) đồng.

Người bán hàng
(NBH)

 Quá đắt (南 mắc). Xin anh bớt cho.

Thu Thủy

 Vâng, bớt cho chị 10,000 đồng.

Người bán hàng
(NBH)

 Vậy, cho tôi cái áo màu xanh da trời cỡ lớn.

Thu Thủy

本課教您在購物時詢問價格的表達。請仔細聽！

店員　請問有什麼需要幫忙的嗎？（妳想買什麼呢？）
秋水　不好意思，請讓我看一下那件上衣。
店員　好，請試穿看看。
秋水　喔，太小了。還有大一點的嗎？
店員　有。且還有其他顏色。

秋水　一件是多少？
店員　10萬盾。
秋水　太貴了。請算便宜一點。
店員　好，算9萬盾給妳。（少算1萬盾給您。）
秋水　這樣呀，那請給我一件藍色L號的。

北音 B12_2.MP3　南音 N12_2.MP3

單字 Từ mới

Người bán hàng (NBH)	店主人	khác	不同
mua	買	nữa	更多的、再～
áo	上衣	bao nhiêu	多少
mời	請～、招待	北 nghìn	千
mặc thử	試穿	南 ngàn	千
ồ	（驚訝、後悔的發語詞）哎啊	đồng	盾、元（越南的幣別）
chật	（衣服）緊；窄	tiền	錢
quá	太…了！	mấy	幾
lớn	大	北 đắt	貴
hơn	更	南 mắc	貴
màu	顏色	bớt	殺價、減少
		vậy	那麼
		xanh	藍色
		cỡ	size、大小

基礎文法解說

1

Chị muốn mua gì?　　　　請問有什麼需要幫忙的嗎？

在越南一般的店家內，當有客人上門的時候，店員馬上就來招呼客人的表達就是 Chị（Anh）muốn mua gi 這句話。

例 Chị (Anh) muốn mua gì?　　您想找什麼嗎？

→ Tôi muốn mua một cái tivi.　我想買電視。

2

bao nhiêu tiền?　　　　　　　　　多少錢？

bao nhiêu tiền 是問價格的表達，意思即是「多少錢？」。bao nhiêu 是「多少、幾」的意思，tiền 是「錢」的意思。

另外也可以用 Giá bao nhiêu? 的表現來詢價。Giá bao nhiêu 是「值多少（錢）」的意思，但這時候，習慣性的都會省略掉後面的 tiền。

Cái này bao nhiêu?　　　　這個多少錢？

我們來看看詢問「多少錢？」後會聽到的各種回答。（關於數字的唸法，請參考p84）

例 4 triệu đồng.　　　　　　400萬盾

30 nghìn đồng.　　　　　3萬盾

❶ 「萬」的越文是 vạn，不過通常不會用這個字，而會用 mười nghìn（10X1,000），共10個1000這樣的概念來想。因此，30萬是ba trăm nghìn（300X 1,000），即300個1000。

$$10,000 = 10 \text{ mười} \times 1,000 \text{ nghìn}$$
$$100,000 = 100 \text{ trăm} \times 1,000 \text{ nghìn}$$

這樣讀。

❷ trăm 是「百」的意思。nghìn（=ngàn）則是「千」的意思。1（một）triệu 是「百萬」、而 mười triệu 則是「千萬」。

3

| mời | 請～ |

這個動詞原本的意思是「招待、邀請」。不過，當它出現在第二人稱代名詞前面時，也表示意思為「請～」的溫和性勸誘及許可。

mời ╋第二人稱代名詞╋ 動詞 V

例 Mời chị ngồi.　　　　　請（妳）坐下。

▸ ngồi 坐

Mời anh dùng cà phê.　　請（妳）喝咖啡。

▸ dùng 用（喝的尊敬説法）
　cà phê 咖啡

Mời chị mặc thử.　　　　請（妳）試穿。

▸ mặc 穿

編註　在這裡補充說明另外一個用語 hãy，它跟 mời 一樣中文都是「請～」的意思，但是在越文裡是有細微差異的，所以要小心很容易會搞錯。簡單的說，差別如下：

❶ mời 請～（因字本身有「招待」之意，所以後面的動作是為了聽者設想的勸誘及許可。）
❷ hãy 請～（後面的動作是為了說者設想，而請求聽者幫忙說者作某動作。）

例如：「mời ngồi」跟「hãy ngồi」都是「請坐」的意思。但使用的場合則不盡相同。我們來擬摸一下場景，前者可能是聽者在一個展場看展覽看久了，感到腳很痠，話者可能知道聽者站著很不舒服，基於對聽者好的貼心及考量著想，於是找了張椅子，擇出了「請坐」這個允許及提醒；而後者可能是在一個電腦桌前，話者需要請聽者幫忙修理電腦，聽者這時候問話者他能不能坐在這裡時，話者所施放出來的許可訊息。兩者的差異在這裡。

常用動詞

北音 　南音

B12_3.MP3　N12_3.MP3

đọc　xem　viết
讀　　看　　寫

nói　nghe
說　　聽

khóc　　　　cười
哭　　　　　笑

ngồi　　　đứng
坐　　　　站

biết　　nghĩ
知道　　想、思考

bán　　　mua
賣　　　　買

4 quá 很、太過～

　　quá, rất, lắm 都是修飾形容詞一起使用，意思也都是「很、太～」。不過，位置卻不一樣。

① rất 放於形容詞或部分動詞前面。

Chú ấy ＋ rất ＋ tử tế.
那位大叔　　很　　　親切

　▸ chú 大叔、叔叔

例 Rất to. 　　　　　　　　　　　　　很大。

　　Cà phê Trung Nguyên rất thơm và ngon.
　　中原咖啡很香，也很好喝。

　　　　　　　thơm 是「香」、ngon 是「味」的形容詞。

② quá、lắm 放於形容詞或動詞的後面。

Cô ấy ＋ đẹp ＋ lắm.
她　　　　美　　　　很

例 Nặng quá. 　很重。　　　　Thích lắm. 　很喜歡。
　　Món ăn này ngon lắm! 　　　這食物很好吃！

③ quá 也可以放於形容詞的前面，這時候主要表示「太過於～」的意思（超過一般程度）。

例 Quá nhỏ. 　　　　　　　　　　太小了。

常用形容詞

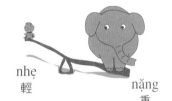

nhẹ
輕

nặng
重

北 đắt
貴
南 mắc

rẻ
便宜

chậm
慢

nhanh
快

rộng
寬鬆

chật
緊

5　量詞

　　我們在前面也已經學過了量詞（請參考p73）。現在再來多記一些更多的量詞。

cái　物品

Cái áo này đẹp quá.　這件衣服很美。

tờ　紙張、文件、報紙等

例　tờ báo　一份報紙　tờ giấy　一張紙、一份文件

cuốn, quyển   書、筆記本等

   quyển sách   cuốn vở
一本書   一本筆記本

quả   北 水果   trái   南 水果

   quả dưa hấu / trái dưa hấu   一顆西瓜

quả chuối / trái chuối   一條香蕉

ngôi   房子、星星

   ngôi nhà   一幢房子   ngôi sao   一顆星星

6   hơi   一點點、有點

這是表示程度的副詞，是「一點點、有點」的意思。
動詞和形容詞後面另也可以接續跟 hơi 具有相同意思的
một chút, một tí, một ít 等副詞。

   Hơi xa.   有點遠。   Hơi đói.   肚子有點餓。

‣ xa   遠   ‣ đói   肚子餓

Hơi khó một chút.   有點難。
‣ khó   難

Hơi buồn một chút.   有點傷心。
‣ buồn   傷心

在越南當地 也說得通的對話

 練習說出顏色

Cái này màu gì?
這是什麼顏色？

Cái này màu trắng.
這是白色。

顏色 → Cái này (đấy) _____ . 這是（那是）_____ 。

màu trắng 白色	màu đen 黑色	màu đỏ 紅色	 màu vàng 黃色（小雞黃）
màu xanh da trời / màu xanh nước biển 藍色	màu xanh lá cây 綠色	màu tím 紫色	màu hồng 粉紅色
màu nâu 棕色	màu vàng 金色	màu bạc 銀色	

請仔細聽，並聽著讀讀看～

 練習詢問商品

Có mũ không?
有帽子嗎？

▸ khác　不同

Có màu khác không?
有其他顏色嗎？

Ở đây có bán áo dài không?	這裡有賣國服嗎？
Có cỡ khác không?	有其他尺寸嗎？

▸ cỡ　尺寸、大小

Có cái nào rẻ hơn không?	有更便宜的嗎？

▸ rẻ　便宜
　hơn　更

Cho tôi xem cái khác!	請給我看一下其他件（的）！

請仔細聽，並聽著讀讀看～

 其他各種購物表達

 cửa hàng

▸ cửa hàng　店家、商店

Tôi chỉ xem thôi.
我只是看看而已。

▸ chỉ... thôi　只是～

Xin bớt cho!
請算便宜一點。

▸ bớt　殺價

Cho tôi cái này!
請給我這個。

Tôi không mua cái đó.
我不買那個。

▸ cái đó　那個（件）

Có thể trả (thanh toán) bằng đô la không?
可以用美金支付嗎？

▸ trả（thanh toán）　結帳、付錢
　　　đô la　美金

越南貨幣的單位是 dồng。VND 是盾的縮寫。
1 USD＝約 31 TWD＝約 20,529 VND
用台幣算成越盾的話，只要乘以約 756 左右即可。
　　本篇的越盾的介紹中仍將較久之前仍有流通的越南硬幣也在以下的內容中羅列出來，因為一般越南人認為硬幣的使用不太方便，因此偏好使用紙幣，而如今越南已經全面使用紙幣。其中 200、500 的面額，現今亦不太流通。

（本單元的匯率以 2023 的匯率為基準）

　　越盾是目前越南境內唯一流通的共同貨幣。其中 100 盾的紙幣停止發行許久，如今已經很難看得到了。越盾的幣值種類如下：

200 đồng >> 紙幣、硬幣 約 0.3 TWD

▶ 新版

▶ 舊版

500 đồng >> 紙幣、硬幣 約 0.7 TWD

▶ 新版

▶ 舊版

1,000 đồng >> 紙幣、硬幣 約 1.3 TWD

▶ 新版

1000 盾可以買什麼？
一顆鵪鶉蛋。

▶ 舊版

 ▶ 新版

2,000 đồng >> 紙幣、硬幣 約 2.6 TWD

2000盾可以買什麼？
迷你麵包、幾根蔥、小糖果等。

 ▶ 舊版

 ▶ 新版

5,000 đồng >> 紙幣、硬幣 約 7 TWD

5000盾可以買什麼？
一盒優酪乳、一杯越南冰、停一次機車。
一包越南Hảo Hảo泡麵等。

▶ 舊版

 ▶ 新版

10,000 đồng >> 紙幣 約 13 TWD

10000盾可以買什麼？
兩瓶礦泉水、一個霜淇淋、三顆雞蛋、一份糯米
飯、一份空心菜、一支擦白板筆、六根香蕉等。

 ▶ 舊版

20,000 đồng >> 紙幣 約 27 TWD

▶ 新版

20000盾可以買什麼？
一顆椰子、半公斤的馬鈴
薯、一公斤的芭樂等。

▶ 舊版

50,000 đồng >> 紙幣 約 66 TWD

▶ 新版

50000盾可以買什麼？
一杯烏龍茶、兩塊小蛋糕、四個
肉包子、男性理髮一次等。

▶ 舊版

100,000 đồng >> 紙幣 約 132 TWD

▶ 新版

100,000盾可以買什麼？
一條紅吳郭魚、兩張平日的
電影票等。

▶ 舊版

200,000 đồng >> 紙幣 約 265 TWD
*200,000的紙幣是於2006年8月30日第一次發行。

▶ 新版

200,000盾可以買什麼？
襯衫、裙子、普通鞋子等。

500,000 đồng >> 紙幣 約 661 TWD
*500,000的紙幣是於2003年12月17日第一次發行。

▶ 新版

請給我菜單！
Anh cho tôi xem thực đơn!

 北音   南音

B13_1.MP3   N13_1.MP3

 Chị dùng gì?
người phục vụ

 Xin cho tôi xem thực đơn.
Trang

 Dạ, đây.
người phục vụ

 Anh Mộng Phàm!
Trang **Anh thích món ăn Việt Nam hay món ăn Đài Loan?**

 Món nào cũng được.
Mộng Phàm

 Vậy à? Để tôi xem.
Trang **Cho tôi một đĩa tôm nướng và một đĩa chả giò.**
À, cho tôi súp cua trước.

 Chị muốn uống gì?
người phục vụ

 Cho tôi một chai Coca Cola. Còn anh Mộng Phàm?
Trang

 Tôi cũng vậy.
Mộng Phàm

服務生　請問要點什麼嗎？

阿妝　　請給我看菜單。

服務生　是，（這裡）請。

阿妝　　夢帆！

　　　　你喜歡越南菜，還是台灣菜？

夢帆　　都可以！

阿妝　　是喔？那菜單讓我看看，請來一盤烤蝦和一盤火腿。

　　　　啊，請先上螃蟹湯。

服務生　妳有需要什麼飲料嗎？

阿妝　　請一瓶可口可樂。夢帆呢？

夢帆　　我也一樣。

　北音　　南音

B13_2.MP3　　N13_2.MP3

單字 Từ mới

dùng	請用（吃的敬語）	đĩa	盤子、飛盤、齒輪
ăn	吃	tôm	蝦
thực đơn	菜單	nướng	烤
thích	喜歡	chả giò	火腿
món ăn	食物、料理、小菜	súp	羹
cũng	也～、果然	canh	湯
được	可、可能	trước	先
vậy à	是喔？；這樣啊！	muốn	想～、希望
để	讓～	Coca Cola	可口可樂
		cua	螃蟹
		uống	喝

基礎文法解說

1

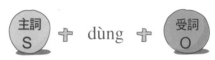

dùng　　　　　　　　　　　　　　請用⋯（吃的客氣說法）

　　ăn（吃）的客氣說法是 dùng。dùng 原本的意思是「用、使用」，在這裡是「吃、喝」的尊敬表達，等於中文的「請用⋯」。

主詞 S ＋ dùng ＋ 受詞 O

例　Mời anh dùng bữa tối với gia đình chúng tôi.
　　請你跟我家人一起吃晚餐吧。

> bữa tối　晚餐
> gia đình　家人

　　Mời anh dùng tráng miệng.　　請用點心。

> tráng miệng　點心

2-1

(Xin) cho tôi +動詞　　　　　　　請給（幫）～

　　意思是「請給（幫）我～」，這是表示請託或尊重的命令表達。

1. 肯定句 (Xin) cho tôi ＋ 動詞 V　　請給（幫）～

例　Xin cho tôi xem phòng.　　　　請讓我看房間。

> phòng　房間

　　Xin cho tôi mượn cái này một chút.
　　這個，請借給我一下。

> mượn　借
> thuê mượn　租用
> 北 thuê　借
> 南 mượn　借

2. 否定句　Xin đừng ✚ ✚ (nhé)

請不要～、請勿～

例 Xin đừng cho nhiều đường nhé. 　　　請不要放太多糖。
　　　　　　　　　　　　　　　　　　　　　‣ đường 　糖

Xin đừng nấu thức ăn cay quá nhé!
請不要食物煮得太辣！
　　　　　　　　　　　　　　　　‣ nấu 　煮
　　　　　　　　　　　　　thức ăn 　食物
　　　　　　　　　　　　　　　　cay 　辣

Xin mời 請(用)～

　　Mời 放在人稱代名詞前面，表示禮貌；xin mời 合在一起使用，表示敬語。

例 Mời anh dùng cà phê. 　　　　請（你）喝咖啡。
　　　　　　　　　　　　　　　　　‣ cà phê 　咖啡

Xin mời anh dùng điểm tâm. 　　請（你）用早餐。
　　　　　　　　　　　　　　　　‣ điểm tâm 　早餐

越南的早餐主要都是吃越南河粉（phở）。

　　　　　　　　　　‣ ăn sáng 　吃早餐
　　　　　　　　　　　ăn trưa 　吃午餐
　　　　　　　　　　　ăn tối 　吃晚餐

　　此外，xin mời 結合固定為一個表達敬意，一樣是中文「請～」的意思。

2-2

Cho tôi~ +名詞   請給我～

　　cho 原本的意思是「給」。在這裡，cho tôi 是「請給我～」的意思。

例

Cho tôi một tô phở.　　　　　　請給我一碗河粉。

Cho tôi một chai nước ngọt.　　請給我一瓶飲料。

> nước　水
> ngọt　甜

Cho tôi món này trước.　　　　　請先給我這個。

> trước　先

Cho tôi hai <u>cốc</u> (<u>南</u> ly) cà phê sữa đá.　請給我兩杯冰咖啡。

> 北 cốc　（量詞）杯
> 南 ly　（量詞）杯

cà phê 是外來語。

3

hay   是～、還是～？

　　在這裡 hay 的意思是「是～、還是～？」，即指詢問他人在兩個以上的選項做選擇時使用的疑問表達。

例

Anh thích món ăn Trung Quốc hay món ăn Nhật Bản?
你喜歡中國菜，還是喜歡日本菜？

除此之外，hay 還有其他意思。

❶ 位於動詞的前面，意思是「經常、常常」。

Tôi <u>hay</u> (南 thường) đi Việt Nam. 我經常去越南。

> 北 hay　經常
> 南 thường　經常

❷ 使用於表示贊同對方意見或想法的表達，意思是「好、
有趣」。

例 Chúng ta uống chút gì nhé!　　　我們喝點什麼吧！
　　　　　　　　　　　　　　　▸ chúng ta　我們（包含所有人）

→ Hay đấy!　　　　　　　　　　　好呀！

越南的基本菜單

Đồ hộp
罐頭小菜（豬肉、海鮮、雞肉…）

Canh
湯

Món kho 滷菜
Món chiên 煎的料理
Món rán 炸的小菜

Cơm
飯

Món xào
炒的小菜（牛肉炒蔬菜…）

4 đồ uống　　　　　　　　　　　　　　飲料

　　　Bạn uống gì 意思是「您要喝什麼？」，用於點餐的
時候。也就是「飲料呢？」的意思。

在越南喝的水分成兩種（越南礦泉水有分有氣、無氣兩種）：

nước suối	水（礦泉水）
nước khoáng	水（有氣的水）

他 trà đá　　　　　　　　冰茶

chè xanh　　　　　　　綠茶（用未烘培過的茶葉沖泡）

trà 和 chè 一樣，都是「茶」的意思，
北部、南部發音模式不同而已。

nước	水	+ cam	柳橙	= nước cam	柳橙汁
		+ chanh	檸檬	= nước chanh	檸檬汁
		+ khoáng	礦	= nước khoáng	有氣礦泉水
		+ đá	石頭、冰塊	= nước đá	冰水

飲料

北音　南音
B13_3.MP3　N13_3.MP3

	北 chè xanh 南 trà xanh （用新鮮茶葉泡的）越南茶		bia　啤酒
	trà đỏ　紅茶		sữa　牛奶
	trà　綠茶		cà phê　　　咖啡 cà phê sữa　牛奶咖啡 cà phê sữa đá　冰牛奶咖啡 cà phê đen　黑咖啡
	nước trái cây　果汁		
	nước Coca Cola 可口可樂		rượu　酒

　　數啤酒或飲料的時候，用的量詞是「杯」。而「杯」在北部是說 cốc，在南部是說 ly。

例 北 một cốc　　南 một ly　　一杯

5　cũng　　　　　　　　　　　　　　也～、果然

cũng 的意思是「也～、果然」。gì cũng 則表示「～也（都）～」。

Món nào cũng được.　那幾道菜都可以。

因為在越文裡指的是不特定的某一道菜都行。因此，當坐在餐廳裡時 Món nào cũng được 也等同中文說的「什麼都可以」的意思。

例　Món gì anh ấy cũng ăn được.
　　他哪種食物都可以吃。

 北音　 南音

B13_4.MP3　　N13_4.MP3

表示味道的用語

	ngon	好吃		cay	辣
	ngọt	甜		đắng	苦
	chua	酸		mặn	鹹
	nhạt	淡		đậm	濃

例　Ngon lắm.　　很好吃。　　Không ngọt.　　不甜。

 北音
 南音

B13_5.MP3　　N13_5.MP3

 用餐表達

Món này là món gì?　　這是什麼食物？

→ Món này là món nem cuốn (南 gỏi cuốn).　這是（生）春捲。

　　　　　　　　　　　　　　　▸ 北 nem cuốn　生的春捲
　　　　　　　　　　　　　　　　　南 gỏi cuốn　生的春捲

→ Món này là món cơm rang (南 cơm chiên).　這是炒飯。

　　　　　　　　　　　　　　　▸ 北 cơm rang　炒飯
　　　　　　　　　　　　　　　　　南 cơm chiên　炒飯

→ Món này là món lẩu hải sản.　　這是海鮮火鍋。

→ Món này là món phở.　　這是越南河粉。

phở 和 bún 都是河粉。
不過，phở 是薄扁的米粉條，bún 則是圓的米粉條。

水果　→ đây là _____ .　　這是 _____ 。

北 táo
南 bom
蘋果

xoài
芒果

chuối
香蕉

sầu riêng
榴槤

dưa hấu
西瓜

cam
柳橙

北 dứa
南 thơm
鳳梨

請仔細聽，並聽著讀讀看～

② Anh muốn dùng món tráng miệng nào (gì) ?

你要哪種點心？

‣ món tráng miệng　點心

→ Cho tôi một cốc kem.

請給我冰淇淋。

‣ kem　冰淇淋

→ Cho tôi một đĩa hoa quả (南 trái cây).

請給我一盤水果。

‣ 北 hoa qua　水果
南 trái cây　水果

→ Cho tôi một cái bánh.

請給我一塊蛋糕。

‣ bánh　蛋糕

→ Cho tôi một cốc (南 ly) trà Việt Nam.

請給我越南茶。

‣ trà Việt Nam　越南茶
‣ 北 cốc　～杯
南 ly　～杯

用餐時使用的打招呼用語

用餐前

Xin mời anh.
= Mời anh ăn cơm.
請你多吃一點。

Vâng, mời chị.
= Mời các anh chị.
我要開動了。

用餐後

我吃飽了。

Ngon quá.
很好吃。

Cảm ơn.
謝謝。

不客氣。

Cảm ơn.
謝謝。

Có gì đâu.
您客氣了！

越南的飲食文化

在越南有很多販賣飯食的平價小吃店，都有相似的「盤餐」特色。例如：Cơm bình dân（平民飯）跟 Cơm bụi（灰塵飯）沒有既定的經營模式，有可能是自助餐式或是以單點套餐的等方式經營。大致上是擁有一個小小的店面，讓客人挑自己喜歡的菜。但不論是哪一種，通常都是以一個圓形的盤子其中盛有白飯及配菜。

此外，上述的餐食一般越南人也是有搭配小菜在吃的。通常搭配的有肉食、涼拌的生菜和湯品。肉食（Thịt）的部分主要是以烤豬、牛、魚罐頭或雞肉為主；生菜的部分一般以蔬菜（Rau）中的白菜、小黃瓜和香菜類（Rau thơm）的菜攪拌而成的生菜盤；湯品（Canh）的部分，一般則也是煮放有肉和蔬菜的湯。

當是很多人一起在店家裡共吃這些菜時，就跟在家裡吃法是一樣，都是用一個「盤子」盛菜，然後大家一起吃。

Phở 河粉

Phở 的湯頭是由牛、豬大骨熬出來的。依內容物的不同，Phở 可以分成好幾種。加牛肉的話，叫牛肉河粉 Phở bò；加雞肉的話，就叫雞肉河粉 Phở gà。一般來說，仍是 Phở bò 普遍在越南人的生活中被食用。Phở 在熱湯內放有河粉、蔥、肉。也可以依據本人的喜好，再加入蔬菜（萵苣、豆芽等）、檸檬汁、辣椒醬等等。現在台灣因為越南新住民的增多，越南餐廳也如雨後春筍四處林立，要吃到也已經不是難事。另外，越南當地人主要把這道料理當成簡單的早餐來吃。對於早餐概念是漢堡、三明治、豆漿、油條的你，千萬別意外呦。

在南部，除了 Phở 之外，Hủ tiếu 也很有名。它跟 Phở 很相似，不過米粉條比較細且薄，也比較硬。通常還會放蝦子 Tôm 和豬肉 Thịt heo 在裡面。

Phở bò Phở gà

牛肉河粉

雞肉河粉

Bánh mỳ 法國麵包

Bánh mỳ 跟法國麵包很像。常見的長約有30cm（有些長有50cm），表皮很硬。也可以直接吃，不過越南人通常會切開麵包，在中間加入煎蛋、烤豬肉、蔬菜等等。外國人也會自己夾奶油和火腿來吃。在越南各地都可以很容易買得到。Bánh mỳ 不容易壞，還可以邊走邊吃。這是不論是走到哪裡，都可以填飽肚子的麵包。當然也是越南的早餐之一。一個 Bánh mỳ 的價格大約是2,000盾～5,000盾之間。如果有加料放入肉和蔬菜的話，大約會要10,000盾～15,000盾左右。

Bài 14

14

那裡天氣如何？
Thời tiết ở đó như thế nào?

  北音

 南音

B14_1.MP3   N14_1.MP3

Mộng Phàm

Kỳ nghỉ hè này, tôi định đi du lịch Việt Nam.

Hông vân

Vậy à? Tốt quá! Anh định đi du lịch ở đâu?

Mộng Phàm

Tôi chưa quyết định.

Xin giới thiệu cho tôi những nơi nổi tiếng.

Chị đã đi Hà Nội chưa?

Hông vân

Hà Nội à? Tôi chưa đi Hà Nội lần nào.

Mộng Phàm

Thành phố Hồ Chí Minh là nơi nào vậy?

Hông vân

Thành phố Hồ Chí Minh là thành phố lớn nhất ở Việt Nam.

Mộng Phàm

Thời tiết ở đó như thế nào?

Hông vân

Thời tiết thành phố Hồ Chí Minh nóng quanh năm.

Đặc biệt, vào mùa hè, trời thường mưa.

夢帆　這次暑假，我打算去越南旅行。

紅芸　這樣呀？那太好了！你打算去哪裡旅行？

夢帆　我還沒有決定。請推薦我好玩的地方。

　　　妳之前去過河內嗎？

紅芸　河內嗎？我從來沒去過河內。

夢帆　那胡志明市是怎樣的地方？

紅芸　胡志明市是越南最大的城市。

夢帆　天氣如何？

紅芸　胡志明市一整年都很熱。

　　　特別是夏天經常下雨。

B14_2.MP3　　N14_2.MP3

北音　南音

單字 Từ mới

□ kỳ	時期、時候	□ nơi	地方、場所
□ nghỉ hè	暑假	□ lớn nhất	最大的
□ du lịch	旅行	□ thời tiết	天氣
□ vậy	那、那麼	□ quanh năm / cả năm	一整年
□ chưa ~ lần nào	一次也沒有~	□ nóng	熱
□ quyết định	決定	□ đặc biệt	特別
□ giới thiệu	介紹	□ mùa hè	夏天
□ nổi tiếng	有名	□ vào	在~（時間）、進入~
□ thành phố	城市	□ trời mưa	下雨

基礎文法解說

1

nghỉ hè	暑假

暑假是 nghỉ hè，越南的暑假跟台灣差不多，是從六月底到九月初。

nghỉ tết 則指新年假期。因為氣候的關係，越南沒有寒假。放假期間，大部分人都會去旅行或打工。

例 Chúng tôi thường làm thêm vào kỳ nghỉ hè.
我們一般在暑假打工。

▸ làm thêm 打工

2

chưa	曾經～嗎、（句尾）～了沒？

這話是問已經發生的過去經驗，置於句中有「曾經～嗎」、置於句尾有「～了沒」，作過去的經驗及「是否已～」的確認。回答時的發語也必須從「有」或「沒有」的表達開始。

肯定句 Dạ,   ~rồi

否定句 Chưa, + ~chưa +

回答如下

例 Anh đi Hà Nội chưa?　　　　　你去過河內嗎？

→ Dạ, tôi đi Hà Nội nhiều lần rồi. 是，我去河內很多次了。

rồi 意思是「已經～了」，用於句尾。

→ Chưa, tôi chưa đi Hà Nội.　　不，我還沒去過。

chưa 用於動詞前面時，是「還沒～」的意思。

參考1 đã + V 表示過去時態

例 Cô ấy đã đi nhiều nơi ở Việt Nam.
她去了越南很多地方。

參考2 bao giờ 位於句尾時，即表示言及的是過去的情事；反之，若用於句首時，則表示言及的是未來的情事。

例 過去 Anh ấy đến Việt Nam bao giờ?
他何時到越南了？

雖然例句中沒有表示過去的 đã，但是句尾有出現 bao giờ，就可以知道例句中說的是過去的事了。

未來 Bao giờ anh ấy đến Việt Nam?
他何時來越南？

3 天氣

越南的南北很狹長，南部和北部的氣候都不一樣。

河內　Hà Nội

順化　Huế

胡志明
Thành phố Hồ Chí Minh

北音
B14_3.MP3

南音
N14_3.MP3

北部　四季分明，有春夏秋冬。

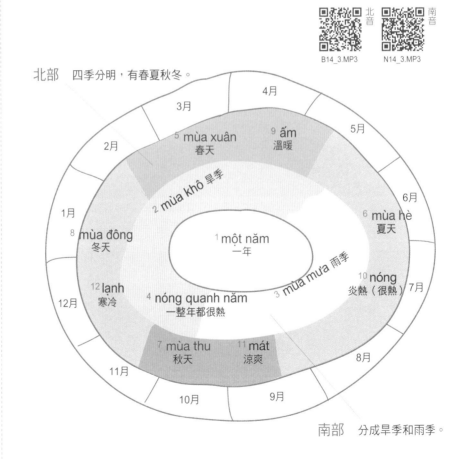

4月

3月

2月

5 mùa xuân
春天

9 ấm
溫暖

5月

2 mùa khô 旱季

1月

6月

8 mùa đông
冬天

1 một năm
一年

6 mùa hè
夏天

12 lạnh
寒冷

3 mùa mưa 雨季

10 nóng
炎熱（很熱）

12月

4 nóng quanh năm
一整年都很熱

7月

7 mùa thu
秋天

11 mát
涼爽

8月

11月

10月

9月

南部　分成旱季和雨季。

天氣

 北音 B14_4.MP3

 南音 N14_4.MP3

 mưa　雨

 tuyết　雪

 bão　颱風

 sấm sét
sấm　　打雷、閃電
sét

 lụt
lũ　　洪水
lũ lụt

例　Hôm nay, trời nóng quá.　　今天很熱。

　　Bây giờ trời mưa.　　現在下雨。

　　Ở Việt Nam ít có tuyết.　　越南不常下雪。

編註　補充一些其他常見的天災人禍：

·Động đất	地震	·Sóng thần	海嘯
·Núi lửa	火山爆發	·Cháy rừng	森林大火
·Lốc	龍捲風	·Mưa axít	酸雨
·Mưa đá	冰雹	·Tuyết lở	雪崩
·Sạt lở đất	土石流	·Đại dịch	瘟疫
·Lốc cát	沙塵暴	·Nạn đói	饑荒
·Hạn hán	旱災	·Vụ nổ hạt nhân	核爆
·Dịch côn trùng	蝗災	·Chiến tranh	戰爭
·Mất điện	停電		

4 | nhất | 最～

nhất 是「最～」的意思，表示最高級。除了 nhất，還可以用 hơn cả 表示。

最高級   

例 Vịnh Hạ Long là thắng cảnh đẹp nhất ở Việt Nam.
下龍灣是越南最美的觀光地。

Thành phố Hồ Chí Minh là thành phố lớn nhất ở Việt Nam.
胡志明市是越南最大的城市。

> 參考 比較級
> bằng 表示「像～一樣、程度相近」的意思。hơn 表示「比～更～」的意思。
>
> 例 Tôi học bằng chị.   我像妳一樣很會學習。
>
> Tôi học hơn chị.   我比妳更會學習。

在越南當地 也說得通的對話

 過去的經驗 可曾有過～？

Anh đã đi Thành phố Hồ Chí Minh chưa?　你去過胡志明市了嗎？

Chị đã mặc thử áo dài chưa?　妳有穿過越南國服嗎？

Anh đã đội thử nón lá chưa?　你有試戴過越南斗笠嗎？

Anh đã nghe thử nhạc Việt Nam chưa?　你有聽過越南音樂嗎？

Anh đã ăn phở chưa?　你有吃過越南河粉嗎？

其他動詞

mặc / 北 mang （衣類）穿　

mặc áo 穿上衣 / mặc quần 穿褲子

cởi （衣類）脫　

cởi áo 脫上衣 / cởi quần 脫褲子

‣ áo　上衣
‣ quần　褲子
‣ váy　裙子

đi / mang / đeo （鞋類）穿　

đi giày 穿鞋子 / đi dép 穿涼鞋

bỏ （鞋類）脫

bỏ giày 脫鞋子

‣ giày　鞋子
‣ dép　涼鞋

đội （帽類）戴上

北 đội mũ 戴上帽子 / 北 đội nón 戴上斗笠
南 đội nón 戴上帽子 / 斗笠

bỏ （帽類）拿下、脫　

北 bỏ mũ 脫帽 / bỏ nón 脫下斗笠
南 bỏ nón 脫帽 / 脫下斗笠

‣ 北 mũ　帽子　‣ nón 北 斗笠 / 南 帽子、斗笠
延伸表現 北 lấy mũ xuống　摘下帽子

đeo / mang （裝飾品類）戴上　

đeo nhẫn 戴上

tháo / gỡ / bỏ （裝飾品類）摘下

tháo kính
gỡ kính　摘下眼鏡
bỏ kính

‣ nhẫn　戒指
‣ kính　眼鏡

越南的行政區 2

胡志明市約是台北市的八倍大。面積約是2,095平方公里（2013年6月），10m內外都是較低的平原。南和北各為運河和西貢包圍。

1975年在越戰中取得勝利之後，西貢（Sài Gòn）改名成胡志明市。最近，因開放政策，胡志明市比起其他區域更加具有活力。

胡志明市

距離首都河內有1,738km，跟河內市、海防市一樣都是直轄市。

1,738km

胡志明市由12個郡、1個市和5個縣所組成。行政區上，第1、3、10郡是Sài Gòn區的中心地。特別是第1郡是人民委員會的市廳中心，附近有很多飯店、各國大使館、銀行、餐廳等。

堤岸（Chợ Lớn）區是中國城，以第5郡為中心延伸到第6、8、11郡。沿著西貢中心的陳興道（Trần Hưng Đạo）街走5km的話，就會看到很多標有漢字的招牌。這裡也就是堤岸跟東南亞其他地區一樣，這裡相當熱鬧，也有很多來自四面八方的遊客。

胡志明市

清平郡（Quận Thanh Bình），還有新山一（Tân Sơn Nhất）機場都屬於西貢北部的外圍區。胡志明市的西北部外圍區則是以地洞和高台教本寺聞名。

Lăng Bác 胡志明陵寢

巴廷廣場上開著蓮花，並由有一棟由灰色大理石建成的四方型雄偉建築。兩邊還刻有「獨立」和「統一」的字樣。這裡就受人敬仰的越南國父胡志明的墓。

胡志明的墓是於1975年落成。胡志明主席的遺體擺放在裡面的玻璃箱內。胡志明在1969年9月2日去逝。當時，全越南有很多人到這裡來瞻仰他的遺容。胡志明的墓的附近依然保存著胡志明生前所住的簡樸又平民的木製房屋。屋前種著茉莉花樹，蓮花池中還有鯉魚在游來遊去。

Tượng đồng chủ Tich bác Hồ Chí Minh
〈胡志明主席的銅像〉

人口數約540萬名，是越南最大的經濟、商業都市。因過去受到法國的殖民統治，境內保留著很多法式的建築。加上輸入很多外來文化和物資，胡志明市也被稱為東方的巴黎、東方的明珠。

Thành Phố Hồ Chí Minh

Trụ sở Ủy ban Nhân dân Thành phố Hồ Chí Minh
胡志民市人民委員會大廳

Nhà thờ 聖堂

Đi làm và tan ca 上下班
Đi học và tan học 上下課

Trẻ em Việt Nam 越南孩童

Sài Gòn 地區是以阮惠（Nguyễn Huệ）街和黎利（Lê Lợi）街為中心。越戰當時美軍將軍所住的REX飯店就位於這兩條路的交叉點。這裡也是歷史上有名的時代交接里程碑。

Bài 15

15 單人房一晚多少錢？

Phòng đơn bao nhiêu một đêm?

B15_1.MP3   N15_1.MP3

Tiếp tân

Xin mời anh vào. Thưa anh, anh cần gì?

Mộng Phàm

Chào chị. tôi muốn thuê phòng.

Tiếp tân

Anh đã đặt phòng chưa?

Mộng Phàm

Chưa , tôi chưa đặt phòng.

Tiếp tân

Anh muốn loại phòng nào?

Mộng Phàm

Tôi muốn một phòng đơn.
Trong phòng có máy vi tính sử dụng được internet không?

Tiếp tân

Vâng, dĩ nhiên là có. Có tivi và tủ lạnh nữa.
Phòng tuy nhỏ nhưng rất sạch sẽ và mát mẻ.
Anh sẽ ở mấy ngày?

Mộng Phàm

Tôi sẽ ở 3 ngày.

Tiếp tân

Xin lỗi, cho tôi xem hộ chiếu.

Mộng Phàm

Vâng, hộ chiếu đây.

 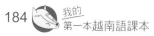

本課教你在飯店大廳辦理入住手續的對話。請仔細聽！

Tiếp tân

Phòng anh số 309. Đây là chìa khóa phòng anh.

Mộng Phàm

Cám ơn chị.

櫃台　歡迎光臨。有什麼需要幫忙的嗎？

夢帆　您好。我需要一間房。

櫃台　您有預約嗎？

夢帆　沒有，我沒有預約。

櫃台　您想要哪種房間？

夢帆　單人房。房間內有電腦可以上網嗎？

櫃台　有，當然有。還有電視和冰箱。
　　　房間小了點，不過很乾淨，也很涼爽。
　　　您要住幾天？

夢帆　三天。

櫃台　不好意思，請讓我看一下護照。

夢帆　好，這是我的護照。

櫃台　309號房。這是鑰匙。

夢帆　謝謝。

北音　南音

B15_2.MP3　N15_2.MP3

單字 Từ mới

tiếp tân	飯店職員	được	可能
cần	需要	internet	網路
thuê	租、雇用	dĩ nhiên	當然
phòng	房間	tivi	電視
phòng đơn	單人房	tủ lạnh	冰箱
phòng đôi	雙人房	nhỏ	小
đặt	預約	tuy…nhưng…	雖然~不過~
loại	種類	sạch sẽ	乾淨
trong	內部、裡面	mát mẻ	清爽
máy vi tính	電腦	mấy ngày	幾天
sử dụng	使用	hộ chiếu	護照
		chìa khóa	鑰匙

基礎文法解說

1 | **Thưa** | 表示發話前的尊敬或禮貌

Thưa 放於人稱代名詞或職稱前面，表示發話前的尊敬或禮貌。意思上類似中文的「致～」、「報告～」、「稟告～」，但常用於會話體中。主要用於長輩或客人等。

例 Thưa bà, ông ấy đi vắng rồi ạ.
奶奶，爺爺出門去了。

‣ đi vắng　外出

Thưa ông giám đốc, tôi đã đăng ký vé máy bay cho ông rồi ạ.
老闆，您的機票預訂好了。

‣ giám đốc　老闆（所長、部長）
đăng ký　預訂
máy bay　飛機
vé　票

2 | 名詞句的詞順

1.【被修飾語+修飾語】，越語這一點跟中文是相反的。

越南語	Ba	cái	máy chụp ảnh	mới	này
	3	台	相機	新的	這
		（量詞）			
中文	這	3台	新的	相機	

2. 指示代名詞跟中文不同，要放在名詞（被修飾語）的後面。當該名詞已經有修飾語（可能是形容詞或另一個名詞）時，則需放在修飾語的後面。

3. 數詞跟中文一樣，放於名詞的前面修飾數量。當有些名詞需要量詞修飾時，數詞必須置於量詞前方。

3 phòng đơn 單人房

單人房是 phòng đơn，雙人房是 phòng đôi。

我們來看看房間的構造。

房間 phòng

B15_3.MP3   N15_3.MP3   北音   南音

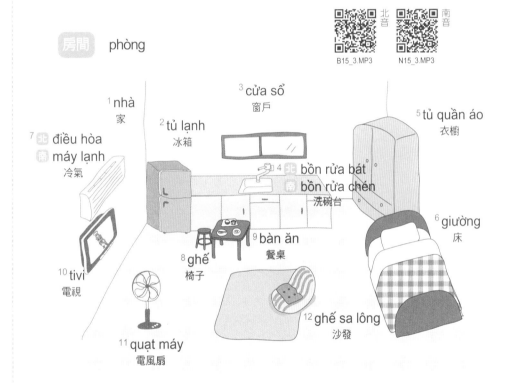

¹nhà
家

³cửa sổ
窗戶

⁵tủ quần áo
衣櫥

⁷北 điều hòa
南 máy lạnh
冷氣

²tủ lạnh
冰箱

⁴北 bồn rửa bát
南 bồn rửa chén
洗碗台

⁶giường
床

⁹bàn ăn
餐桌

⁸ghế
椅子

¹²ghế sa lông
沙發

¹⁰tivi
電視

¹¹quạt máy
電風扇

Trong 裡面、內部

例 Trong phòng có ti vi không?   房間內有電視嗎？

Trong phòng có máy lạnh không?   房間內有冷氣嗎？

Trong nhà có mấy phòng?   家裡有幾間房？

位置 + 名詞 在～

 北音
 南音

B15_4.MP3　　N15_4.MP3

位置			
trên	上面	dưới	下面
trong	裡面	ngoài	外面
trước	前面	sau	後面
trái	左邊	phải	右邊

方向			
Đông	東	Tây	西
Nam	南	Bắc	北

各種位置的表達

Chìa khoá ở trên bàn học.
鑰匙在書桌上。

Con chó nằm ở dưới bàn ăn.
餐桌下面躺著一隻狗。

北 Tiền ở trong ví.
南 Tiền ở trong bóp.
錢包內有錢。

Anh ấy đứng ở ngoài,
không vào trong phòng.
他沒有進去房間，站在外面。

▸ nằm　躺
▸ 北 ví / 南 bóp　錢包

Phòng ông ấy ở trên tầng 2.
他的房間在二樓。

Phòng anh ấy ở dưới tầng 4.
他的房間在四樓下面。

Anh ấy đang chơi bóng trong sân.
他在運動場內玩球。

Cố ấy đang đứng ở ngoài sân.
她正站在庭院外面。

▸ sân　庭院、校庭、運動場

4　dĩ nhiên　　　　　　　　　　　　當然

　　這個副詞的意思是「當然」，同義詞也可以用 đương nhiên、tất nhiên 來表達。在口語中，經常會在這個字後面加上 là，不過這時只是個習慣用法，並沒有特別的任何意思。

 dĩ nhiên là được.　　　　　　　那當然沒問題。

5　tuy⋯nhưng⋯　　　　　　　雖然～不過～

　　這是表示前後內容相反的表達。tuy 是「雖然」的意思，而 nhưng 後面所接的內容為逆接，即不應該發生，卻實際發生的事實。

例 Khách sạn ấy tuy nhỏ nhưng rất sạch sẽ và tiện.
那間飯店雖然很小，不過很乾淨也很便利。

> khách sạn　飯店
> sạch sẽ　乾靜
> và / mà còn　而且
> tiện　便利

其他相關連的句型如下：

càng…càng… 越～越～

例 Tiếng Việt càng học càng thấy hay.
越南語越學習越有趣。

vừa…vừa… 一邊～一邊～、又～又～

例 Chúng tôi vừa uống trà vừa nói chuyện.
我們邊喝茶邊聊天。

Cô ấy vừa đẹp vừa hiền lành.
她又美又善良。

> hiền lành　善良

6 Mấy ngày? 幾天

　　Ngày bao nhiêu?是「幾號」、mấy ngày?是「幾天」的意思。其回答的方式是「數字+ngày」。

Q. Mấy ngày?　幾天？

A. → 數字 ✚ ngày ～天。

在越南當地 **也說得通的對話**

 表示期間的表達

Chị (Anh) sẽ ở mấy ngày (bao lâu) ?　　妳（你）要住幾天？

→ Tôi sẽ ở một ngày.　　　　　　　　我要住一天。

→ Tôi sẽ ở hai ngày.　　　　　　　　我要住兩天。

→ Tôi sẽ ở ba ngày.　　　　　　　　我要住三天。

→ Tôi sẽ ở bốn ngày.　　　　　　　我要住四天。

日期　　→ tôi sẽ ở ＿＿＿＿＿.　　我要住＿＿＿＿＿。

一天、1日	một ngày
兩天、2日	hai ngày
三天、3日	ba ngày
四天、4日	bốn ngày
五天、5日	năm ngày
六天、6日	sáu ngày
七天、7日	bảy ngày
八天、8日	tám ngày
九天、9日	chín ngày
十天、10日	mười ngày

請仔細聽，並聽著讀讀看～

 樓層的表達

Chị (Anh) ở tầng mấy?　　　　　妳（你）住（在）幾樓？

→ Tôi ở tầng 1.　　　　　　　　我住（在）一樓。

→ Tôi ở tầng 2.　　　　　　　　我住（在）二樓。

→ Tôi ở tầng 3.　　　　　　　　我住（在）三樓。

→ Tôi ở tầng 4.　　　　　　　　我住（在）四樓。

樓層數 樓（層）是唸 tầng。 **tầng** ✚ 數字 ～層

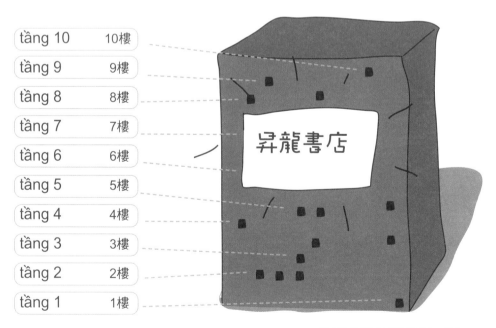

tầng 10	10樓
tầng 9	9樓
tầng 8	8樓
tầng 7	7樓
tầng 6	6樓
tầng 5	5樓
tầng 4	4樓
tầng 3	3樓
tầng 2	2樓
tầng 1	1樓

昇龍書店

▸ 數字的唸法請參考 p84。

下龍灣

Vịnh Hạ Long

如果要展現出越南的美，應該沒有一個地方可以比下龍灣更具代表性了。這裡由海面上3,000多個島構成，那美麗的畫面在常使見過的人們於心中久久不能忘懷。

這裡也是1992年法國電影《印度支那》、1997年英國電影《007明日帝國》及2017年美國電影《金剛：骷髏島》的取景地。

「下龍」是越南語的發音，取自一條龍的傳說。這裡亦因獨特的地形聞名。由石灰岩溶漿構成的島嶼不論近觀或是遠眺都有一種說不出的優雅。

西元1994年被聯合國教科文組織（UNESCO）指定為自然遺產加以保護。

你今天看起來很累。

Hôm nay trông anh có vẻ mệt.

B16_1.MP3   N16_1.MP3

Trang

Hôm nay trông anh có vẻ mệt. Anh làm sao thế?

Mộng Phàm

Vâng, tôi bị cảm từ tối hôm qua.

Trang

Vậy à? Anh uống thuốc chưa?

Mộng Phàm

Tôi chưa uống thuốc.

Trang

Bây giờ anh cảm thấy trong người thế nào?

Mộng Phàm

Tôi thấy đau đầu và nóng toàn thân.

Trang

Nếu vậy thì anh phải đi bệnh viện ngay,
rồi về nhà phải nghỉ ngơi thật nhiều.
Mong anh chóng khỏe.

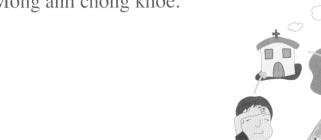

阿妝　你今天看起來很累。怎麼了嗎？

夢帆　嗯，我昨天晚上感冒了。

阿妝　這樣呀？你吃藥了嗎？

夢帆　沒，我還沒吃。

阿妝　現在身體感覺如何？

夢帆　頭很痛，全身感覺有點熱。

阿妝　如果這樣的話，要快點去醫院。
　　　還有回家好好休息。
　　　希望你快點好起來。

單字 Từ mới

 北音　B16_2.MP3
 南音　N16_2.MP3

□ hôm nay	今天	□ đầu	頭
□ trông	看起來、照顧、顧	□ và	而且、還有
□ có vẻ	好像～	□ toàn thân	全身
□ mệt	疲累	□ nếu vậy thì~	如果那樣的話～
□ từ	從～	□ ngay	快速
□ hôm qua	昨天	nhanh	快速
□ bị cảm	感冒	□ bệnh viện	醫院
□ thuốc	藥	□ nghỉ ngơi	休息
uống thuốc	吃藥	□ thật nhiều	盡量、好好地
□ tối	傍晚	□ mong	希望、期待
□ đau	痛	hy vọng	希望、期待
		□ chóng	快速

基礎文法解說

1 | hôm nay | 今天

我們再來複習日子的說法。

日子	前天	昨天	今天	明天	後天
越語	hôm kia	hôm qua	hôm nay	ngày mai	ngày kia

「大後天」是 ngày kia。

2 | trông 和 xem 的差異

　　trông 這個字有暗喻著通（透）過眼睛來看，所以是「看起來」的意思。而 xem 單純就是「看」的意思，這兩者請一定要好好區別清楚。另外，當 trông 和 có vẻ 一起使用時，意思是「看起來好像～」。

也可以改變 Trông anh 的語順，變成 Anh trông có vẻ mệt.。

例　Trông anh có vẻ mệt.　　　　你看起來好像很累。

　　Ông ấy trông rất khỏe.　　　　他看起來好像很健康。

3 từ...đến... 從～到～

từ...đến...的意思是「從～到～」，表示時間或地點的
出發點及到達點。

例 Tôi đi học từ thứ hai đến thứ sáu.
我打算從星期一學到星期五。

đến（到）、về（回來）、ra（外出）等
動詞可以放於動詞đi（去）的後面。

Tôi đợi anh từ hai giờ chiều đến bây giờ.
我從（下午）兩點等你等到現在。

4 thấy ~ 思考、感覺

thấy 的意思是「思考、感覺」。thấy thế nào 的意思
則是「～如何？」（你怎樣想？）

例 Anh thấy trong người thế nào?
你身體如何？（你感覺你的身體怎樣？）

Tôi thấy đau bụng.
我肚子痛。（我感到肚子痛。）

▸ đau bụng 肚子痛

用身體感覺的各種表達

北 bị ốm
南 bị bệnh　　生病

bị cảm　感冒

sốt　　發燒

bị say xe　暈車

bị choáng váng　暈
chóng mặt　　頭暈

chân tay rả rời　四肢無力

5　被動詞

越南語中有三種被動詞。

được　　表示正面的被動詞。主詞（根據說話者的評價）
　　　　得到正面的肯定、好處，或好的感覺。

例 Tuần sau tôi được nghỉ học.
下週停課。（因為不用上課，所以很開心。「得到」）
▸ tuần sau　下週
　 nghỉ　休息

Tôi được mẹ cho tiền.
我從媽媽那裡拿到錢。（因為拿到錢，所以很開心。「得到」）
▸ cho tiền　給錢

bị　表示負面的被動，主詞不喜歡那個行為，受到負面的遭遇、利益的虧損以及不好的感覺，類似中文的話感「遭到」。

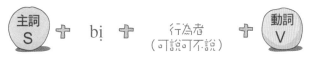

例 Tôi bị cảm.
我感冒了。（因為感冒，暫時失去健康）

Anh ấy bị công an phạt.
我被警察罰了罰金。（因為被警察處罰，錢也沒了。）
▸ công an　警察
　 phạt　罰金

do　完全沒有好壞的差別時，使用 do。在越文中有動詞概念在，但在中文意思接近「由…」

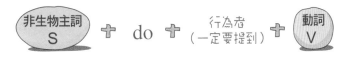

例 Bài báo này do phóng viên nào viết?
這邊報導是由哪位記者寫的？
▸ bài báo　報導
　 phóng viên　新聞記者

在越南當地也說得通的對話

 各種身體表達

 北音 南音

B16_4.MP3   N16_4.MP3

Tôi bị đau đầu.

頭痛。
> đau 痛
> đầu 頭

Tôi bị đau họng.

喉嚨痛。
> họng 喉嚨

Hình như tôi bị cảm.

我好像感冒了。
> hình như 好像～

Cho tôi thuốc cảm.

請給我感冒藥。
> thuốc 藥
> cảm 感冒

Toàn thân tôi đau nhức.

全身痠痛。
> toàn thân 全身
> nhức 痠痛

Tôi thấy lạnh trong người.

體內發冷。
> người 身、身體
lạnh 冷 ←→ nóng 熱

請仔細聽，並聽著讀讀看～

Để tôi chẩn đoán bệnh.
好，我們來檢查看看
Để tôi kiểm tra xem
Để tôi khám xem
讓我來診斷

▸ để 以便～；為了～
chẩn đoán 檢查
bệnh 病

Xin đừng lo. Sẽ chóng khỏi thôi.
不用擔心。一定會好起來。

▸ lo 擔心　　chóng 一定
sẽ 將～　　khỏi 病好起來

Đầu tiên, hãy nằm thẳng người.
首先，請躺直。

▸ nằm 躺
thẳng 筆直

Uống thuốc sau khi ăn.
/ trước khi ăn.
請在餐後／餐前吃這藥。

Một ngày uống 3 lần.
請一天吃三回。

▸ sau khi ăn 餐後
trước khi ăn 餐前

Anh phải tiêm (🔵 chích) để nhanh khỏi
bệnh. 如果想快點好起來，就一定要打針。

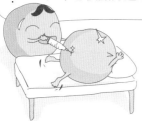

▸ lần 次數

▸ bệnh 病
　🔵 tiêm 打針
　🔵 chích 打針
nhanh 快、快速

請仔細聽，並聽著讀讀看～

身體

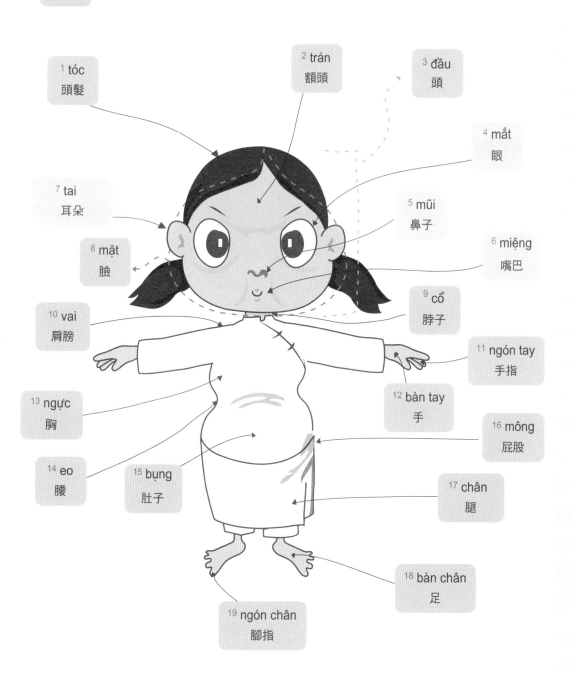

1 tóc
頭髮

2 trán
額頭

3 đầu
頭

4 mắt
眼

7 tai
耳朵

5 mũi
鼻子

6 miệng
嘴巴

8 mặt
臉

9 cổ
脖子

10 vai
肩膀

11 ngón tay
手指

13 ngực
胸

12 bàn tay
手

16 mông
屁股

14 eo
腰

15 bụng
肚子

17 chân
腿

18 bàn chân
足

19 ngón chân
腳指

通常Chào＋人稱代名詞後，可以再加對方的名字來稱呼對方。
若在本附錄中找不到你的名字，可依與你名字同音的字來推想
出你的越文名字，多數的場合下可以套用。

Chào ＋ 人稱代名詞 ＋ 名字常用字

常用人名表（中－越）

ㄅ

備 .... Bị
璧、碧 .... Bích
霸、伯 .... Bá
博 .... Bác
邦 .... Bang
苞 .... Bào
保、寶 .... Bảo
冰 .... Băng
彬 .... Bân
白 .... Bạch

ㄆ

佩 .... Bội
裴 .... Bùi
波 .... Ba
朋、鵬 .... Bằng
平、萍 .... Bình
娉 .... Sính
蘋 .... Tần

ㄇ

沐、木 .... Mộc
明 .... Minh
美 .... Mỹ
敏 .... Mẫn
梅 .... Mai
名 .... Danh
謀 .... Mưu
民 .... Dân
媚 .... My
孟 .... Mạnh
夢 .... Mộng
妙 .... Diệu
眉 .... My
莫 .... Mạc
茂、 .... Mậu

ㄈ

方、芳 .... Phương
鳳 .... Phượng
芙、符 .... Phù
福 .... Phước / Phúc
凡、帆 .... Phàm
富 .... Phú
芬 .... Phân
豐、風 .... Phong
飛、妃 .... Phi
范 .... Phạm

ㄉ

杜 .... Đỗ
東 .... Đông
德 .... Đức
蝶 .... Điệp
定 .... Định
丁 .... Đinh
達 .... Đạt
典 .... Điển
丹 .... Đan
道 .... Đạo
得 .... Đắc
迪 .... Dịch
黛 .... Đới
登 .... Đăng
段 .... Đoàn

ㄊ

天 .... Thiên
通 .... Thông
唐、堂、棠、
糖 .... Đường
談、潭、譚、
曇 .... Đàm
亭、庭、廷、
霆 .... Đình
婷、泰、太 ..... Thái
桃 .... Đào
同 .... Đồng
陶 .... Đào
挺 .... Đĩnh

ㄌ

李、理 .... Lý
林、琳 .... Lâm
梁、良 .... Lương
黎 .... Lê
伶、玲、羚、
翎、鈴、靈、
齡 .... Linh
倫 .... Luân
蘭 .... Lan
立 .... Lập
樂 .... Nhạc
麗 .... Ly
禮 .... Lễ
利、俐 .... Lợi
蓮 .... Liên
亮 .... Lượng
嵐 .... Lam
莉 .... Ly

ㄍ

公、光、功、工 ... Công
光 .... Quang
冠 .... Quán
高 .... Cao
國 .... Quốc
貴 .... Quý
恭 .... Cung
剛、綱 .... Cương
桂 .... Quế
廣 .... Quảng
郭 .... Quách

ㄎ

開 .... Khai
康 .... Khang
科 .... Khoa
克 .... Khắc
凱 .... Khải
寬 .... Khoan
奎 .... Khuê

ㄏ

洪、紅、鴻 ... Hồng
胡 .... Hồ
惠、蕙 .... Huệ
凰、皇、煌 ..... Hoàng
黃 .... Huỳnh
煥 .... Hoán
輝、揮 .... Huy
翰、韓 .... Hàn
花、華 .... Hoa
淮、懷 .... Hoài
海 .... Hải
霍 .... Hoác
還、寰、環、
桓 .... Hoàn
虎 .... Hổ
含、涵 .... Hàm
豪 .... Hào
好 .... Hảo
火 .... Hỏa
歡 .... Hoan
和 .... Hòa

ㄌ（续）

菱 .... Lăng
隆 .... Long
鸞 .... Loan
劉 .... Lưu
廉 .... Liêm
儷 .... Lệ

河、荷、何 ... Hà	綺 .... Ỷ	水 .... Thủy
漢 .... Hán		山 .... Sơn
浩、皓 .... Hạo	**ㄒ**	盛 .... Thịnh
弘 .... Hoằng	心 .... Tâm	生 .... Sinh
宏 .... Hoành	幸 .... Hạnh	善 .... Thiện
慧 .... Tuệ	星 .... Tinh	尚 .... Thượng
晃 .... Hoảng	香 .... Hương	書 .... Thư
	許 .... Hứa	聖 .... Thánh
ㄐ	雄 .... Hùng	士 .... Sĩ
晉 .... Tấn / Tiến	玄、懸 .... Huyền	淑 .... Thục
姜 .... Khương	賢 .... Hiền	莎 .... Sa
紀 .... Kỷ	小 .... Tiểu	昇 .... Thăng
決、玦 .... Quyết	先、仙、鮮 ... Tiên	珊 .... San
均、君、軍、	軒 .... Hiên	紹 .... Thiệu
鈞 .... Quân	憲 .... Hiến	順 .... Thuận
進 .... Tiến	顯 .... Hiển	時 .... Thì
潔 .... Khiết	西 .... Tây	
吉 .... Cát	孝 .... Hiếu	**ㄖ**
錦 .... Cẩm	新 .... Tân	日 .... Nhật
基、姬 .... Cơ	繡、秀 .... Tú	阮 .... Nguyễn
家、嘉 .... Gia	勳、薰 .... Huân	瑞 .... Thụy
江 .... Giang	興 .... Hứng / Hưng	蓉、容、融、
金 .... Kim	信 .... Tín	榕 .... Dung
菊 .... Cúc	霞 .... Hà	然 .... Nhiên
建 .... Kiến	倖 .... Hãnh	榮 .... Vinh
健、件 .... Kiện	欣 .... Hân	仁、人 .... Nhân
佳 .... Giai	喜 .... Hí	如、茹 .... Như
傑 .... Kiệt	協 .... Hiệp	儒 .... Nho
堅 .... Kiên	馨 .... Hinh	柔 .... Nhu
娟、涓 .... Quyên	萱 .... Huyên	
婕 .... Tiệp	嫻 .... Nhàn	**ㄗ**
嬌 .... Kiều	修 .... Tu	藻、棗 .... Táo
靖 .... Tịnh	熙 .... Hy	宗 .... Tông
靜 .... Tĩnh	璇 .... Tuyền	姿 .... Tư
駿、峻、俊 ... Tuấn	璽 .... Tỷ	遵 .... Tuân
敬 .... Kính	翔 .... Tường	再 .... Tái
竣 .... Thoan	雪 .... Tuyết	
甲 .... Giáp	選 .... Tuyển	**ㄘ**
	檄 .... Hịch	翠 .... Thúy
ㄑ	蕭 .... Tiêu	叢 .... Tùng
千、芊 .... Thiên	迅 .... Tấn	聰 .... Thông
奇、其、琪、	曉 .... Hiểu	草 .... Thảo
琦、旗、祁 ... Kỳ		財、才 .... Tài
邱 .... Khâu / Khưu	**ㄔ**	慈 .... Từ
青、清 .... Thanh	陳 .... Trần	彩 .... Thế
強 .... Cường	創 .... Sang	
欽 .... Khâm	長 .... Trường	**ㄙ**
瓊 .... Quỳnh	沖 .... Xung	孫 .... Tôn
秋 .... Thu	春 .... Xuân	松 .... Tùng
卿 .... Khanh	茶 .... Trà	素 .... Tố
慶 .... Khánh	成、城 .... Thành	思 .... Tư
權 .... Quyền	川 .... Xuyên	邃 .... Thúy
琴 .... Cầm	超 .... Siêu	
芹 .... Cần	承 .... Thừa	**ㄜ**
全 .... Toàn	釵 .... Thoa	娥 .... Nga
乾 .... Kiền	純、淳 .... Thuần	
茜、倩 .... Thiến	昶 .... Tuấn	**ㄞ**
綺 .... Khởi		愛 .... Ái
喬 .... Kiều	**ㄕ**	
情、晴 .... Tình	施、詩 .... Thi	**ㄢ**
洽 .... Hợp	勝 .... Thắng	安 .... An
謙 .... Khiêm	壽 .... Thọ	

ㄣ

恩 .... Ân

ㄦ

兒 .... Nhi

ㄧ

倚 .... Ỷ
意、懿 .... Ý
晏、煙 .... Yên
燕 .... Yến
英、櫻、鶯 ... Anh
儀、宜 .... Nghi
游 .... Du
音 .... Âm
雅 .... Nhã
揚、陽、楊 ... Dương
益 .... Ích
吟 .... Ngâm
毅 .... Nghị
逸 .... Dật
怡 .... Di
易 .... Dịch
穎 .... Dĩnh
盈、 .... Doanh
義 .... Nghĩa
一 .... Nhất
憶 .... Úc
友 .... Hữu
瑤 .... Dao
瑩 .... Oánh
耀 .... Diệu
艷 .... Diễm
姚 .... Diêu
銀 .... Ngân
佑 .... Hựu
映 .... Ánh
優 .... Ưu
伊 .... Y

ㄨ

莞、完 .... Hoàn
文、雯 .... Văn
王 .... Vương
武 .... Võ
偉、緯 .... Vĩ
蔚 .... Úy
維、惟 .... Duy
旺 .... Vượng
吳 .... Ngô
威 .... Oai
婉 .... Uyển
為 Vi
娃 .... Oa

ㄩ

玉 .... Ngọc
媛 .... Viện
越 .... Việt
雲 .... Vân
愉、瑜 .... Du

宇、雨、羽 ... Vũ
韻 .... Vận
譽 .... Dử
元、源 .... Nguyên
育、毓 .... Dục
歆 .... Hâm
月 .... Nguyệt
遠 .... Viễn
勇 .... Dũng
圓 .... Viên
永 .... Vĩnh
煜 .... Dục
好 .... Dư
緣 .... Duyên
淵、鴛 .... Uyên
庸 .... Dung

常用人名表（越－中）

A

Ái .... 愛
An .... 安
Anh .... 英、櫻、鶯
Ánh .... 映

Â

Âm .... 音
Ân .... 恩

B

Ba .... 波
Bá .... 霸、伯
Bác .... 博
Bạch .... 白
Bân .... 彬
Bang .... 邦
Băng .... 冰
Bằng .... 朋、鵬
Bào .... 苞
Bảo .... 保
Báu .... 寶
Bị .... 備
Bích .... 璧、碧
Bình .... 平、萍
Bội .... 佩
Bùi .... 裴

C

Cầm .... 琴
Cẩm .... 錦
Cần .... 芹
Cao .... 高
Cát .... 吉
Chân .... 真
Chấn .... 震
Châu .... 珠、朱、洲
Chi .... 芝、枝、之
Chí .... 志
Chỉ .... 芷、止
Chích .... 正、政
Chiêu .... 昭
Chức .... 織
Chương .... 彰、璋、章
Chuyên .... 專
Cơ .... 基、姬
Công .... 公、功、工
Cúc .... 菊
Cung .... 恭
Cương .... 剛、綱
Cường .... 強

D

Dân .... 民
Danh .... 名
Dao .... 瑤
Dật .... 逸
Di .... 怡

Dịch	迪	Hỉ	喜	Khánh	慶
Dịch	易	Hịch	檄	Khắc	克
Diễm	艷	Hiên	軒	Khâm	欽
Diêu	姚	Hiến	憲	Khâu	邱
Diệu	妙、耀	Hiền	賢	Khiêm	謙
Dĩnh	穎、	Hiển	顯	Khiết	潔
Doanh	盈、	Hiệp	協	Khoa	科
Du	愉、瑜、游	Hiếu	孝	Khoan	寬
Dư	好	Hiểu	曉	Khởi	綺
Dử	譽	Hinh	馨	Khuê	奎
Dục	育、毓、煜	Hồ	胡	Khương	姜
Dung	蓉、容、融、榕、庸	Hổ	虎	Khưu	邱
Dũng	勇	Hoa	花、華		
Dương	揚、陽、楊	Hòa	和	**L**	
Duy	維、惟	Hỏa	火	Lam	嵐
Duyên	緣	Hoác	霍	Lâm	林、琳
		Hoài	淮、懷	Lan	蘭
Đ		Hoan	歡	Lăng	菱
Đắc	得	Hoán	煥	Lập	立
Đàm	談、潭、譚、曇	Hoàn	還、寰、環、桓、莞、完	Lê	黎
Đan	丹			Lễ	禮
Đăng	登	Hoàng	凰、皇、煌	Lệ	儷
Đào	桃	Hoằng	弘	Liêm	廉
Đào	陶	Hoảng	晃	Liên	蓮
Đạo	道	Hoành	宏	Linh	伶、玲、羚、翎、鈴、靈、齡
Đạt	達	Hồng	洪、紅、鴻		
Điển	典	Hợp	洽	Loan	鸞
Điệp	蝶	Hứa	許	Lợi	利、俐
Đinh	丁	Huân	勳、薰、蕙	Long	隆
Đình	亭、庭、廷、婷、霆	Huệ	惠、蕙	Luân	倫
Đĩnh	挺	Hùng	雄	Lượng	亮
Định	定	Hưng	興	Lương	梁、良
Đỗ	杜	Hứng	興	Lưu	劉
Đoàn	段	Hương	香	Ly	麗、理
Đối	黛	Hữu	友	Lý	李、理
Đông	東	Hựu	佑	Ly	莉
Đồng	同	Huy	輝、揮		
Đức	德	Huyên	萱	**M**	
Đường	唐、堂、棠、糖	Huyền	玄、懸	Mạc	莫
		Huỳnh	黃	Mai	梅
Gi		Hy	熙	Mẫn	敏
Gia	家、嘉			Mạnh	孟
Giai	佳	**I**		Mậu	茂
Giang	江	Ích	益	Minh	明
Giáp	甲			Mộc	沐、木
		K		Mộng	夢
H		Kiên	堅	Mưu	謀
Hà	河、荷、何	Kiến	建	My	眉
Hà	霞	Kiền	乾	Mỹ	美
Hải	海	Kiện	健、件	My	媚
Hàm	含、涵	Kiệt	傑		
Hâm	歆	Kiều	嬌、喬	**N**	
Hán	漢	Kim	金	Na	娜
Hàn	翰、韓	Kính	敬	Nam	南
Hân	欣	Kỳ	奇、其、琪、琦、旗、祁	Năng	能
Hãnh	倖				
Hạnh	幸	Kỷ	紀	**NG**	
Hào	豪			Nga	娥
Hảo	好	**KH**		Ngâm	吟
Hạo	浩、皓	Khai	開	Ngân	銀
		Khải	凱	Nghi	儀、宜
		Khang	康	Nghị	毅
		Khanh	卿		

台灣廣廈 國際出版集團
Taiwan Mansion International Group

國家圖書館出版品預行編目（CIP）資料

我的第一本越南語課本【QR碼行動學習版】/Nguyễn Thị Thu Hằng 著.
-- 初版. -- 新北市：國際學村出版社, 2024.04
　　面；　公分
ISBN 978-986-454-351-9(平裝)

1.CST: 越南語 2.CST: 讀本

803.798　　　　　　　　　　　　　　　　　113003387

國際學村

我的第一本越南語課本【QR碼行動學習版】

作　　　者／Nguyễn Thị Thu Hằng　　編輯中心編輯長／伍峻宏
譯　　　者／劉小妮　　　　　　　　　編輯／王文強
審　　　定／Lưu Tuấn Anh　　　　　　封面設計／林珈仔・內頁排版／東豪印刷事業
　　　　　　阮氏美香　　　　　　　　製版・印刷・裝訂／東豪・弼聖・秉成

行企研發中心總監／陳冠蒨　　　　　線上學習中心總監／陳冠蒨
媒體公關組／陳柔彣　　　　　　　　數位營運組／顏佑婷
綜合業務組／何欣穎　　　　　　　　企製開發組／江季珊、張哲剛

發　行　人／江媛珍
法 律 顧 問／第一國際法律事務所 余淑杏律師・北辰著作權事務所 蕭雄淋律師
出　　　版／國際學村
發　　　行／台灣廣廈有聲圖書有限公司
　　　　　　地址：新北市235中和區中山路二段359巷7號2樓
　　　　　　電話：（886）2-2225-5777・傳真：（886）2-2225-8052
讀者服務信箱／cs@booknews.com.tw

代理印務・全球總經銷／知遠文化事業有限公司
　　　　　　地址：新北市222深坑區北深路三段155巷25號5樓
　　　　　　電話：（886）2-2664-8800・傳真：（886）2-2664-8801
郵 政 劃 撥／劃撥帳號：18836722
　　　　　　劃撥戶名：知遠文化事業有限公司（※單次購書金額未達1000元，請另付70元郵資。）

■ 出版日期：2024年04月　　　ISBN：978-986-454-351-9
版權所有，未經同意不得重製、轉載、翻印。